Skills for Success: Mastering Vocational Education for Everyone

నిపుణతలతో విజయం: అందరి కోసం వృత్తి విద్యా నైపుణ్యత

Kavi Rajan

Copyright © [2023]

Author: Kavi Rajan

Skills for Success: Mastering Vocational Education for Everyone

All rights reserved. No part of this publication may be reproduced or transmitted in any form or by any means, electronic or mechanical, including photocopying, recording, or any information storage and retrieval system, without prior written permission from the author.

This book is a self-published work by the author Kavi Rajan

ISBN:

TABLE OF CONTENTS

Chapter 1: Introduction to Vocational Education and Skills Development   12

- Define vocational education and skill development.
- Explore the history and evolution of vocational education.
- Discuss the importance of vocational education in the 21st century.
- Highlight the benefits of vocational education for individuals, communities, and economies.

Chapter 2: Identifying Your Skills and Passions   22

- Help readers identify their personal strengths, interests, and aptitudes.
- Introduce career assessment tools and personality tests.
- Explain the role of self-awareness in choosing a vocational path.
- Provide guidance on exploring different vocational fields and specializations.

Chapter 3: Demystifying the Vocational Education Landscape 30

- Provide an overview of different types of vocational education programs (certificates, diplomas, apprenticeships, etc.).
- Discuss the accreditation and certification processes for vocational skills.
- Explore various delivery methods for vocational education (traditional classroom, online learning, blended learning).
- Highlight the role of community colleges, technical institutes, and vocational training centers.

Chapter 4: Mastering Vocational Skills 39

- Offer practical tips and strategies for effective learning in vocational education.
- Discuss the importance of hands-on experience, internships, and apprenticeships.
- Introduce essential skills for success in vocational fields, such as technical skills, communication skills, teamwork, and problem-solving.
- Provide guidance on developing a portfolio to showcase vocational skills and achievements.

Chapter 5: Navigating the Job Market with Vocational Skills   47

- Equip readers with essential job search skills for vocational fields.
- Discuss resume writing, cover letter preparation, and interview techniques.
- Offer tips for building a professional network and connecting with potential employers.
- Explore alternative career paths and entrepreneurship opportunities for vocational graduates.

Chapter 6: Lifelong Learning and Continuous Skill Development   55

- Emphasize the importance of continuous learning and skill development in today's rapidly changing job market.
- Introduce different pathways for upskilling and reskilling throughout one's career.
- Explore online learning resources, professional development programs, and industry certifications.
- Encourage readers to embrace a growth mindset and adapt to new technologies and trends.

Chapter 7: Conclusion: Your Skills, Your Success   64

- Recap the key takeaways from the book and reiterate the value of vocational education.
- Encourage readers to pursue their vocational goals with confidence and determination.
- Offer a message of hope and inspiration for achieving success through skills development.
- Include inspiring stories of successful individuals who have thrived through vocational education.

TABLE OF CONTENTS

అధ్యాయం 1: వృత్తి విద్యా నైపుణ్యత పరిచయం — 12

- వృత్తి విద్యా నైపుణ్యతలను నిర్వచించండి.
- వృత్తి విద్యా చరిత్ర మరియు పరిణామాన్ని అన్వేషించండి.
- 21వ శతాబ్దంలో వృత్తి విద్యా ప్రాముఖ్యతను చర్చించండి.
- వ్యక్తులు, సమాజాలు మరియు ఆర్థిక వ్యవస్థలకు వృత్తి విద్యా ప్రయోజనాలను హైలైట్ చేయండి.

అధ్యాయం 2: మీ నైపుణ్యాలు మరియు అభిరుచులను గుర్తించడం — 22

- పాఠకులు వారి వ్యక్తిగత బలాలు, ఆసక్తులు మరియు అభిరుచులను గుర్తించడానికి సహాయం చేయండి.
- కెరీర్ అంచనా సాధనాలు మరియు వ్యక్తిత్వ పరీక్షలను పరిచయం చేయండి.
- వృత్తి మార్గాన్ని ఎంచుకోవడంలో స్వీయ అవగాహన పాత్రను వివరించండి.
- వివిధ వృత్తి రంగాలు మరియు ప్రత్యేకతలను అన్వేషించడంపై మార్గదర్శకత్వం అందించండి.

అధ్యాయం 3: వృత్తి విద్యా దృశ్యం యొక్క డీమిస్టిఫికేషన్

- వివిధ రకాల వృత్తి విద్యా కార్యక్రమాల (సర్టిఫికేట్లు, డిప్లొమాలు, శిక్షణార్థులు మొదలైనవి) యొక్క అవలోకనాన్ని అందించండి.
- వృత్తి నైపుణ్యాలకు గుర్తింపు మరియు ధృవీకరణ ప్రక్రియలను చర్చించండి.
- వృత్తి విద్యా కోసం వివిధ పంపిణీ పద్ధతులను అన్వేషించండి (ప్రాంగణంలో తరగతి గదులు, ఆన్‌లైన్ లెర్నింగ్, మిశ్రమ లెర్నింగ్).
- కమ్యూనిటీ కళాశాలలు, టెక్నికల్ ఇనిస్టిట్యూట్లు మరియు వృత్తి శిక్షణ కేంద్రాల పాత్రను హైలైట్ చేయండి.

అధ్యాయం 4: వృత్తి నైపుణ్యాలను నేర్చుకోవడం 39

- వృత్తి విద్యాలో ప్రభావవంతమైన నేర్చుకోవడానికి ఆచరణాత్మక చిట్కాలు మరియు వ్యూహాలను అందించండి.
- ప్రాక్టికల్ అనుభవం, ఇంటర్న్‌షిప్‌లు మరియు శిక్షణార్థుల ప్రాముఖ్యతను చర్చించండి.
- వృత్తి రంగాలలో విజయానికి అవసరమైన నైపుణ్యాలను పరిచయం చేయండి, అలాంటివి సాంకేతిక నైపుణ్యాలు, కమ్యూనికేషన్ నైపుణ్యాలు, టీంవర్క్ మరియు సమస్య-పరిష్కార నైపుణ్యాలు.
- వృత్తి నైపుణ్యాలు మరియు విజయాలను ప్రదర్శించడానికి పోర్ట్‌ఫోలియోను అభివృద్ధి చేయడంలో మార్గదర్శకత్వం అందించండి.

అధ్యాయం 5: వృత్తి నైపుణ్యాలతో ఉద్యోగ మార్కెట్‌ను నావిగేట్ చేయడం 47

- వృత్తి రంగాల కోసం పాఠకులను అవసరమైన ఉద్యోగ శోధన నైపుణ్యాలతో సన్నద్ధం చేయండి.
- రిజ్యూమ్ రాయడం, కవర్ లేఖ తయారీ మరియు ఇంటర్వ్యూ టెక్నిక్‌లను చర్చించండి.
- వృత్తిపరమైన నెట్‌వర్క్‌ను నిర్మించడానికి మరియు సంభావ్య యజమానులతో కనెక్ట్ అవ్వడానికి చిట్కాలను అందించండి.
- వృత్తి పట్టభద్రులకు ప్రత్యామ్నాయ కెరీర్ మార్గాలు మరియు వ్యవసాయ అవకాశాలను అన్వేషించండి.

అధ్యాయం 6: జీవితకాల అభ్యసనం మరియు నిరంతర నైపుణ్య అభివృద్ధి 55

- నేటి వేగంగా మారుతున్న ఉద్యోగ మార్కెట్‌లో నిరంతర నేర్చుకోవడం మరియు నైపుణ్య అభివృద్ధి ప్రాముఖ్యతను నొక్కిచూపండి.
- ఒకరి కెరీర్‌లో అప్‌స్కిల్లింగ్ మరియు రీస్కిల్లింగ్ కోసం వివిధ మార్గాలను పరిచయం చేయండి.
- ఆన్‌లైన్ లెర్నింగ్ వనరులు, వృత్తిపరమైన అభివృద్ధి కార్యక్రమాలు మరియు పరిశ్రమ ధృవీకరణలను అన్వేషించండి.
- పెరుగుదల మనస్తత్వాన్ని స్వీకరించడానికి మరియు కొత్త సాంకేతికతలు మరియు ధోరణులకు అనుగుణంగా మారడానికి పాఠకులను ప్రోత్సహించండి.

అధ్యాయం 7: ముగింపు: మీ నైపుణ్యాలు, మీ విజయం 64

- పుస్తకం నుండి ముఖ్యమైన పాయింట్లను సంగ్రహించండి మరియు వృత్తి విద్యా విలువను మళ్లీ పునరుద్ఘాటించండి.
- పాఠకులను వారి వృత్తి లక్ష్యాలను ధృడత్వంతో మరియు నిర్ణయంతో కొనసాగించమని ప్రోత్సహించండి.
- నైపుణ్యాల అభివృద్ధి ద్వారా విజయాన్ని సాధించడానికి ఆశ మరియు స్ఫూర్తినిచ్చే సందేశాన్ని అందించండి.
- వృత్తి విద్యా ద్వారా విజయవంతమైన వ్యక్తుల స్ఫూర్తిదాయక కథలను చేర్చండి.

Chapter 1: Introduction to Vocational Education and Skills Development

అధ్యాయం 1: వృత్తి విద్యా నైపుణ్యత పరిచయం

వృత్తి విద్యా నైపుణ్యతలను నిర్వచించండి

వృత్తి విద్యా నైపుణ్యతలు అనేవి ఒక నిర్దిష్ట వృత్తిలో విజయవంతం కావడానికి అవసరమైన జ్ఞానం, నైపుణ్యాలు మరియు సామర్థ్యాలు. వీటిని సాధారణంగా రెండు రకాలుగా విభజించవచ్చు:

- సాంకేతిక నైపుణ్యాలు: ఈ నైపుణ్యాలు ఒక నిర్దిష్ట వృత్తిలో అవసరమైన నిర్దిష్ట పనులను చేయడానికి అవసరం. ఉదాహరణకు, ఒక ఇంజనీరుగా ఉండటానికి మీకు కంప్యూటర్ సాఫ్ట్‌వేర్, ఇంజనీరింగ్ సూత్రాలు మరియు పరికరాల పరిచయం అవసరం.

- మెత్తని నైపుణ్యాలు: ఈ నైపుణ్యాలు వ్యక్తిగత సంభాషణ, సమస్య పరిష్కారం, నాయకత్వం మరియు సమన్వయం వంటి సాధారణ జీవిత నైపుణ్యాలను కలిగి ఉంటాయి. ఈ నైపుణ్యాలు ఏదైనా వృత్తిలో విజయవంతం కావడానికి ముఖ్యమైనవి.

వృత్తి విద్యా నైపుణ్యతలను అభివృద్ధి చేయడానికి అనేక మార్గాలు ఉన్నాయి. వాటిలో కొన్ని:

- విద్య: విద్య అనేది వృత్తి విద్యా నైపుణ్యాలను అభివృద్ధి చేయడానికి ఉత్తమ మార్గాలలో ఒకటి. విద్య

ద్వారా, మీరు సాంకేతిక మరియు మెత్తని నైపుణ్యాలను అభివృద్ధి చేయగలరు.

- శిక్షణ: శిక్షణ అనేది వృత్తి విద్యా నైపుణ్యాలను అభివృద్ధి చేయడానికి మరొక మంచి మార్గం. శిక్షణ ద్వారా, మీరు మీ పనిలో మెరుగుపడటానికి మరియు కొత్త నైపుణ్యాలను నేర్చుకోవడానికి అవకాశం లభిస్తుంది.

- అనుభవం: అనుభవం అనేది వృత్తి విద్యా నైపుణ్యాలను అభివృద్ధి చేయడానికి మరొక ముఖ్యమైన అంశం. మీరు మీ వృత్తిలో ఎక్కువ అనుభవం పొందినప్పుడు, మీరు మీ నైపుణ్యాలను మెరుగుపరచుకోవడానికి మరియు మీ పనిలో మెరుగుపడటానికి అవకాశం లభిస్తుంది.

వృత్తి విద్యా నైపుణ్యాలను అభివృద్ధి చేయడం ద్వారా, మీరు మీ వృత్తి జీవితంలో విజయం సాధించే అవకాశాలను పెంచుకోవచ్చు.

వృత్తి విద్యా నైపుణ్యాల యొక్క ప్రాముఖ్యత

వృత్తి విద్యా నైపుణ్యాలు ఒక నిర్దిష్ట వృత్తిలో విజయవంతం కావడానికి అవసరమైనవి. వీటిని అభివృద్ధి చేయడం ద్వారా, మీరు:

- మీ పనిలో మెరుగ్గా మారవచ్చు.
- మీ జీతాన్ని పెంచుకోవచ్చు.
- మీ మార్కెట్ విలువను పెంచుకోవచ్చు.

వృత్తి విద్యా చరిత్ర మరియు పరిణామాన్ని అన్వేషించండి

వృత్తి విద్య అనేది వృత్తిపరమైన నైపుణ్యాలు మరియు జ్ఞానాన్ని అందించే విద్య. ఇది విద్యార్థులను వారి వృత్తి లక్ష్యాలను సాధించడానికి సహాయపడుతుంది. వృత్తి విద్య యొక్క చరిత్ర చాలా పురాతనమైనది, మరియు అది అనేక దశల గుండా పరిణామం చెందింది.

వృత్తి విద్య యొక్క ఆరంభ చరిత్ర

వృత్తి విద్య యొక్క ఆరంభ చరిత్ర మానవ చరిత్రతో ముడిపడి ఉంది. ప్రాచీన కాలంలో, వ్యక్తులు తమ కుటుంబాల నుండి లేదా గురువుల నుండి వృత్తి నైపుణ్యాలను నేర్చుకున్నారు. ఉదాహరణకు, శిల్పులు, కళాకారులు, శిల్పులు, మరియు వైద్యులు తమ తండ్రుల నుండి లేదా ఇతర గురువుల నుండి తమ నైపుణ్యాలను నేర్చుకున్నారు.

మధ్యయుగంలో వృత్తి విద్య

మధ్యయుగంలో, వృత్తి విద్య మరింత నిర్వచించబడింది. వృత్తులను గిల్డ్‌లుగా విభజించారు, మరియు ప్రతి గిల్డ్‌కు తన స్వంత శిక్షణా ప్రోగ్రామ్ ఉంది. గిల్డ్‌లు శిక్షణ మరియు సాధన కోసం సౌకర్యాలను అందించాయి, మరియు అవి శిక్షణ పొందిన శిక్షకులను నియమించాయి.

ఆధునిక కాలంలో వృత్తి విద్య

ఆధునిక కాలంలో, వృత్తి విద్య మరింత విస్తృతమైంది. కొత్త వృత్తులు మరియు నైపుణ్యాలు అభివృద్ధి చెందాయి, మరియు

వృత్తి విద్య ఈ అవసరాలను తీర్చడానికి అభివృద్ధి చేయబడింది.

వృత్తి విద్య యొక్క పరిణామం

వృత్తి విద్య యొక్క పరిణామం కింది అంశాల ద్వారా ప్రభావితమైంది:

- సాంకేతిక పరిణామాలు: సాంకేతిక పరిణామాలు కొత్త వృత్తులు మరియు నైపుణ్యాలను సృష్టించాయి, మరియు వృత్తి విద్య ఈ అవసరాలను తీర్చడానికి అభివృద్ధి చేయబడింది.

- ఆర్థిక పరిణామాలు: ఆర్థిక పరిణామాలు వృత్తి విద్య యొక్క ప్రాముఖ్యతను పెంచాయి. వృత్తిపరమైన నైపుణ్యాలున్న వ్యక్తులు మరింత ఉపాధి అవకాశాలు మరియు మంచి జీవన నాణ్యతను కలిగి ఉంటారు.

- సామాజిక పరిణామాలు: సామాజిక పరిణామాలు వృత్తి విద్య యొక్క అందుబాటును మెరుగుపరచాయి. శిక్షణా ఖర్చులు తగ్గించడం మరియు శిక్షణా అవకాశాలను విస్తరించడం ద్వారా, వృత్తి విద్య అందరికీ అందుబాటులో ఉంది.

21వ శతాబ్దంలో వృత్తి విద్యా ప్రాముఖ్యత

21వ శతాబ్దం అనేది మార్పుల శతాబ్దం. సాంకేతిక పరిణామాలు, ఆర్థిక పరిణామాలు మరియు సామాజిక పరిణామాలు కలిసి ప్రపంచాన్ని మార్చుతున్నాయి. ఈ మార్పుల నేపథ్యంలో, వృత్తి విద్య యొక్క ప్రాముఖ్యత మరింత పెరిగింది.

21వ శతాబ్దంలో వృత్తి విద్య యొక్క ప్రాముఖ్యతను క్రింది అంశాలు సూచిస్తున్నాయి:

- ఉపాధి అవకాశాలు: 21వ శతాబ్దంలో, వృత్తిపరమైన నైపుణ్యాలున్న వ్యక్తులకు ఉపాధి అవకాశాలు మరింత పెరిగాయి. కొత్త వృత్తులు మరియు నైపుణ్యాలకు డిమాండ్ పెరిగింది, మరియు వృత్తి విద్య ఈ అవసరాలను తీర్చడంలో సహాయపడుతుంది.

- జీవన నాణ్యత: వృత్తిపరమైన నైపుణ్యాలున్న వ్యక్తులు మంచి జీవన నాణ్యతను కలిగి ఉంటారు. వారు మరింత సంపాదిస్తారు, మరింత సంతృప్తికరమైన ఉద్యోగాలను కలిగి ఉంటారు, మరియు మరింత ఆరోగ్యకరమైన జీవితాలను గడుపుతారు.

- సమాజ అభివృద్ధి: వృత్తి విద్య సమాజ అభివృద్ధికి కూడా తోడ్పడుతుంది. వృత్తిపరమైన నైపుణ్యాలున్న వ్యక్తులు ఆర్థిక వృద్ధిని సృష్టిస్తారు, సామాజిక సమస్యలను పరిష్కరించడంలో సహాయపడతారు మరియు సమాజంలో సమానత్వాన్ని ప్రోత్సహిస్తారు.

21వ శతాబ్దంలో వృత్తి విద్య యొక్క ప్రాముఖ్యతను పెంచడానికి కింది చర్యలు తీసుకోవచ్చు:

- వృత్తి విద్య యొక్క ప్రజాదరణను పెంచడానికి ప్రభుత్వం మరియు ప్రైవేట్ రంగం కలిసి పనిచేయాలి.
- వృత్తి విద్య యొక్క నాణ్యతను మెరుగుపరచడానికి ప్రభుత్వం మరియు వృత్తి సంస్థలు కలిసి పనిచేయాలి.
- వృత్తి విద్యను అందరికీ అందుబాటులో చేయడానికి ప్రభుత్వం మరియు ప్రైవేట్ రంగం కలిసి పనిచేయాలి.

21వ శతాబ్దంలో, వృత్తి విద్య అనేది విద్య మరియు ఉపాధి రెండింటికీ ముఖ్యమైన అంశం. వృత్తి విద్య ద్వారా, వ్యక్తులు తమ వృత్తి లక్ష్యాలను సాధించగలరు, మంచి జీవన నాణ్యతను పొందగలరు మరియు సమాజానికి తోడ్పడగలరు.

వ్యక్తులు, సమాజాలు మరియు ఆర్థిక వ్యవస్థలకు వృత్తి విద్యా ప్రయోజనాలు

వృత్తి విద్య అనేది వ్యక్తులకు నిర్దిష్ట వృత్తి లేదా వృత్తిలో నైపుణ్యాలు మరియు జ్ఞానాన్ని అందించే విద్యా కార్యక్రమం. ఇది వ్యక్తులకు మంచి ఉద్యోగాన్ని పొందడానికి, ఆర్థికంగా సుస్థిరంగా ఉండటానికి మరియు వారి జీవితంలో సంతృప్తిని పొందడానికి సహాయపడుతుంది. వృత్తి విద్య సమాజానికి కూడా ప్రయోజనాలను అందిస్తుంది. ఇది ఉపాధి సృష్టిస్తుంది, ఆర్థిక వృద్ధికి దోహదం చేస్తుంది మరియు ప్రజల జీవన నాణ్యతను మెరుగుపరుస్తుంది.

వ్యక్తులకు వృత్తి విద్య ప్రయోజనాలు

- ఉద్యోగ పొందడానికి మరియు కెరీర్‌ను నిర్మించడానికి సహాయపడుతుంది. వృత్తి విద్య వ్యక్తులకు తమకు అవసరమైన నైపుణ్యాలు మరియు జ్ఞానాన్ని అందిస్తుంది, ఇది వారికి మంచి ఉద్యోగాన్ని పొందడానికి మరియు వారి కెరీర్‌ను నిర్మించడానికి సహాయపడుతుంది.

- ఆర్థిక స్థిరత్వాన్ని పెంచుతుంది. వృత్తి విద్య పొందిన వ్యక్తులు సాధారణంగా తక్కువ ఆదాయం పొందిన వారి కంటే ఎక్కువ ఆదాయాన్ని పొందుతారు. ఇది వారి ఆర్థిక స్థిరత్వాన్ని పెంచడంలో సహాయపడుతుంది.

- జీవితంలో సంతృప్తిని పొందడానికి సహాయపడుతుంది. వృత్తి విద్య వ్యక్తులకు తమకు నచ్చే మరియు వారు మంచిగా చేయగలిగే వృత్తిని కనుగొనడంలో సహాయపడుతుంది. ఇది వారి జీవితంలో సంతృప్తిని పొందడంలో సహాయపడుతుంది.

సమాజానికి వృత్తి విద్య ప్రయోజనాలు

- ఉపాధి సృష్టిస్తుంది. వృత్తి విద్య పొందిన వ్యక్తులు కొత్త ఉద్యోగాలను సృష్టిస్తారు. వారు వారి కెరీర్‌లో ఎదుగుతూ ఉంటే, వారు మరిన్ని ఉద్యోగాలను సృష్టిస్తారు.

- ఆర్థిక వృద్ధికి దోహదం చేస్తుంది. వృత్తి విద్య పొందిన వ్యక్తులు సాధారణంగా ఎక్కువ ఆదాయాన్ని పొందుతారు. ఇది ఆర్థిక వృద్ధికి దోహదం చేస్తుంది.

- ప్రజల జీవన నాణ్యతను మెరుగుపరుస్తుంది. వృత్తి విద్య పొందిన వ్యక్తులు సాధారణంగా మంచి ఆరోగ్యాన్ని కలిగి ఉంటారు, వారు ఎక్కువ కాలం జీవిస్తారు మరియు వారు తమ సమాజంలో మరింత పాల్గొంటారు. ఇది ప్రజల జీవన నాణ్యతను మెరుగుపరుస్తుంది.

వృత్తి విద్య యొక్క ప్రాముఖ్యత

వృత్తి విద్య అనేది వ్యక్తులకు నిర్దిష్ట వృత్తి లేదా వృత్తిలో నైపుణ్యాలు మరియు జ్ఞానాన్ని అందించే విద్యా కార్యక్రమం. ఇది వ్యక్తులకు మంచి ఉద్యోగాన్ని పొందడానికి, ఆర్థికంగా సుస్థిరంగా ఉండటానికి మరియు వారి జీవితంలో సంతృప్తిని పొందడానికి సహాయపడుతుంది. వృత్తి విద్య సమాజానికి కూడా ప్రయోజనాలను అందిస్తుంది. ఇది ఉపాధి సృష్టిస్తుంది, ఆర్థిక వృద్ధికి దోహదం చేస్తుంది మరియు ప్రజల జీవన నాణ్యతను మెరుగుపరుస్తుంది.

వ్యక్తులకు వృత్తి విద్య ప్రయోజనాలు

- ఉద్యోగ పొందడానికి మరియు కెరీర్‌ను నిర్మించడానికి సహాయపడుతుంది. వృత్తి విద్య వ్యక్తులకు తమకు అవసరమైన నైపుణ్యాలు మరియు జ్ఞానాన్ని

అందిస్తుంది, ఇది వారికి మంచి ఉద్యోగాన్ని పొందడానికి మరియు వారి కెరీర్‌ను నిర్మించడానికి సహాయపడుతుంది.

వృత్తి విద్య పొందిన విద్యార్థులు తక్కువ విద్య పొందిన వారి కంటే ఉద్యోగ పొందే అవకాశాలు ఎక్కువగా ఉంటాయి. వారు సాధారణంగా మంచి ఉద్యోగాలు, అధిక వేతనాలు మరియు మెరుగైన ఉద్యోగ భద్రతను పొందుతారు. వృత్తి విద్య వ్యక్తులకు వారి కెరీర్‌లో ఎదుగుతూ ఉండటానికి మరియు మరింత బాగా చెల్లించే ఉద్యోగాలను పొందడానికి అవకాశాలను కల్పిస్తుంది.

- ఆర్థిక స్థిరత్వాన్ని పెంచుతుంది. వృత్తి విద్య పొందిన వ్యక్తులు సాధారణంగా తక్కువ ఆదాయం పొందిన వారి కంటే ఎక్కువ ఆదాయాన్ని పొందుతారు. ఇది వారి ఆర్థిక స్థిరత్వాన్ని పెంచడంలో సహాయపడుతుంది.

వృత్తి విద్య పొందిన వ్యక్తులు తమకు అవసరమైన నైపుణ్యాలు మరియు జ్ఞానాన్ని కలిగి ఉంటారు, ఇది వారికి మంచి జీవితాన్ని గడపడానికి అవసరమైన ఆదాయాన్ని సంపాదించడంలో సహాయపడుతుంది. వారు తమ ఆర్థిక లక్ష్యాలను సాధించడానికి మరియు తమ కుటుంబాలను పోషించడానికి మరింత అవకాశం ఉంది.

- జీవితంలో సంతృప్తిని పొందడానికి సహాయపడుతుంది. వృత్తి విద్య వ్యక్తులకు తమకు నచ్చే మరియు వారు మంచిగా చేయగలిగే వృత్తిని కనుగొనడంలో సహాయపడుతుంది. ఇది వారి జీవితంలో సంతృప్తిని పొందడంలో సహాయపడుతుంది.

వృత్తి విద్య వ్యక్తులకు వారి సామర్థ్యాలను పూర్తిగా అభివృద్ధి చేయడానికి మరియు వారి జీవితంలో వారి కోసం ఒక ప్రయోజనాన్ని కనుగొనడానికి సహాయపడుతుంది.

Chapter 2: Identifying Your Skills and Passions
అధ్యాయం 2: మీ నైపుణ్యాలు మరియు అభిరుచులను గుర్తించడం

పాఠకులు వారి వ్యక్తిగత బలాలు, ఆసక్తులు మరియు అభిరుచులను గుర్తించడానికి సహాయం చేయండి

పాఠకులు వారి వ్యక్తిగత బలాలు, ఆసక్తులు మరియు అభిరుచులను గుర్తించడంలో సహాయపడటం చాలా ముఖ్యం. ఇది వారికి తమకు సరైన కెరీర్‌ను ఎంచుకోవడంలో, తమ లక్ష్యాలను సాధించడంలో మరియు జీవితంలో సంతృప్తిని పొందడంలో సహాయపడుతుంది.

పాఠకులు వారి వ్యక్తిగత బలాలు, ఆసక్తులు మరియు అభిరుచులను గుర్తించడానికి సహాయపడటానికి వివిధ మార్గాలు ఉన్నాయి. కొన్ని ఉదాహరణలు ఇక్కడ ఉన్నాయి:

- ఆత్మ-పరిశోధన: పాఠకులు తమ గురించి ఆలోచించడానికి మరియు తమ బలాలు, ఆసక్తులు మరియు అభిరుచులను గుర్తించడానికి సమయం కేటాయించాలి. వారు తమ జీవితంలో వారికి ఏమి ముఖ్యం అనే దానిపై ఆలోచించవచ్చు. వారు తమకు ఇష్టమైన విషయాలు ఏమిటి మరియు వారు చేయడానికి మంచిదేమిటి అనే దానిపై ఆలోచించవచ్చు.

- వీక్షణ మరియు వినియోగం: పాఠకులు తమకు ఆసక్తి ఉన్న విషయాల గురించి చదవడం, చూడడం మరియు వినడం ద్వారా వారి ఆసక్తులను అన్వేషించవచ్చు. వారు ఈ కార్యకలాపాల నుండి ఏమి నేర్చుకున్నారో

మరియు అవి వారికి ఏమి అనిపించాయి అనే దానిపై ఆలోచించాలి.

- అనుభవాలు: పాఠకులు కొత్త అనుభవాలను కలిగి ఉండటం ద్వారా వారి బలాలు మరియు అభిరుచులను అన్వేషించవచ్చు. వారు కొత్త కళాశాల కోర్సు తీసుకోవచ్చు, కొత్త హాబీని ప్రయత్నించవచ్చు లేదా కొత్త వృత్తిపరమైన అవకాశాన్ని పరిశీలించవచ్చు.

పాఠకులు వారి వ్యక్తిగత బలాలు, ఆసక్తులు మరియు అభిరుచులను గుర్తించడంలో సహాయపడటానికి వివిధ సాధనాలు మరియు వనరులు అందుబాటులో ఉన్నాయి. కొన్ని ఉదాహరణలు ఇక్కడ ఉన్నాయి:

- వ్యక్తిగత బలాల పరీక్షలు: వ్యక్తిగత బలాల పరీక్షలు పాఠకులకు తమకు బలమైన నైపుణ్యాలు మరియు సామర్థ్యాలు ఏమిటో తెలుసుకోవడంలో సహాయపడతాయి.

- ఆసక్తుల పరీక్షలు: ఆసక్తుల పరీక్షలు పాఠకులకు తమకు ఆసక్తి ఉన్న విషయాలు ఏమిటో తెలుసుకోవడంలో సహాయపడతాయి.

- అభిరుచుల పరీక్షలు: అభిరుచుల పరీక్షలు పాఠకులకు తమకు ఆనందం ఇచ్చే విషయాలు ఏమిటో తెలుసుకోవడంలో సహాయపడతాయి.

కెరీర్ అంచనా సాధనాలు మరియు వ్యక్తిత్వ పరీక్షలు

కెరీర్ అంచనా సాధనాలు మరియు వ్యక్తిత్వ పరీక్షలు అనేవి మీ కెరీర్ లక్ష్యాలను నిర్ణయించడానికి మరియు మీకు సరిపోయే కెరీర్ మార్గాన్ని కనుగొనడానికి సహాయపడే సాధనాలు. వీటిని విద్యార్థులు, కొత్తగా ఉద్యోగంలో చేరినవారు మరియు కెరీర్ మార్పుకు సిద్ధంగా ఉన్నవారు ఉపయోగించవచ్చు.

కెరీర్ అంచనా సాధనాలు

కెరీర్ అంచనా సాధనాలు మీ ఆసక్తులు, బలాలు మరియు బలహీనతలు, మరియు మీ కెరీర్ లక్ష్యాల గురించి సమాచారాన్ని అందిస్తాయి. ఈ సమాచారాన్ని ఉపయోగించి, మీకు సరిపోయే కెరీర్ మార్గాన్ని మీరు నిర్ణయించుకోవచ్చు.

కెరీర్ అంచనా సాధనాలు అనేక రకాలు ఉన్నాయి. కొన్ని సాధనాలు మీకు ఇష్టమైన వస్తువులు మరియు కార్యకలాపాల గురించి ప్రశ్నలు అడుగుతాయి. మరికొన్ని సాధనాలు మీరు వివిధ రకాల ఉద్యోగాలను ఎంతగానో ఆనందిస్తారో కనుగొనడానికి మిమ్మల్ని అనుమతిస్తాయి. ఇతర సాధనాలు మీ వ్యక్తిత్వ లక్షణాలు మరియు మీకు సరిపోయే కెరీర్ల మధ్య సంబంధాన్ని అంచనా వేస్తాయి.

వ్యక్తిత్వ పరీక్షలు

వ్యక్తిత్వ పరీక్షలు మీ వ్యక్తిత్వ లక్షణాల గురించి సమాచారాన్ని అందిస్తాయి. వ్యక్తిత్వ లక్షణాలు మీ ఆలోచనలు, భావాలు మరియు ప్రవర్తనలను ప్రభావితం చేస్తాయి. మీ వ్యక్తిత్వ

లక్షణాల గురించి మీకు తెలిస్తే, మీకు సరిపోయే కెరీర్ మార్గాన్ని మీరు మరింత ఖచ్చితంగా నిర్ణయించుకోవచ్చు.

వ్యక్తిత్వ పరీక్షలు అనేక రకాలు ఉన్నాయి. కొన్ని సాధనాలు మీరు ఇతరులతో ఎలా సంబంధాలు పెట్టుకుంటారో మరియు సమస్యలను ఎలా పరిష్కరిస్తారో కనుగొనడానికి మిమ్మల్ని అనుమతిస్తాయి. మరికొన్ని సాధనాలు మీరు ఎంతగానో స్వతంత్రంగా పని చేస్తారో లేదా ఇతరులతో సహకారంగా పని చేస్తారో కనుగొనడానికి మిమ్మల్ని అనుమతిస్తాయి. ఇతర సాధనాలు మీరు ఎంతగానో ఒత్తిడిని తట్టుకోగలరో లేదా సృజనాత్మకంగా ఆలోచించగలరో కనుగొనడానికి మిమ్మల్ని అనుమతిస్తాయి.

వృత్తి మార్గాన్ని ఎంచుకోవడంలో స్వీయ అవగాహన పాత్ర

వృత్తి మార్గాన్ని ఎంచుకోవడం అనేది ఒక జీవితకాల నిర్ణయం. మీరు ఎంచుకునే కెరీర్ మీకు ఆనందాన్ని, సంతృప్తిని మరియు ఆర్థిక భద్రతను అందించాలి. మీకు సరిపోయే కెరీర్ మార్గాన్ని ఎంచుకోవడానికి, మీరు మీ స్వీయ అవగాహనను పెంపొందించుకోవాలి.

స్వీయ అవగాహన అనేది మీ స్వంత ఆసక్తులు, బలాలు, బలహీనతలు, విలువలు మరియు లక్ష్యాల గురించి అవగాహన. మీకు మీ స్వంత స్వీయ అవగాహన ఉంటే, మీరు మీకు సరిపోయే కెరీర్ మార్గాన్ని ఎంచుకోవడానికి మరింత మంచి ప్రణాళికను రూపొందించవచ్చు.

స్వీయ అవగాహన మీకు కింది విధంగా సహాయపడుతుంది:

- మీ ఆసక్తులు మరియు విలువలకు అనుగుణంగా ఉన్న కెరీర్‌లను గుర్తించడానికి.
- మీ బలాలు మరియు బలహీనతలను బట్టి మీకు సరిపోయే కెరీర్‌లను ఎంచుకోవడానికి.
- మీ కెరీర్ లక్ష్యాలను సాధించడానికి అవసరమైన అవసరాలు మరియు సామర్థ్యాలను అర్థం చేసుకోవడానికి.

మీ స్వీయ అవగాహనను పెంపొందించుకోవడానికి మీరు కొన్ని పనులు చేయవచ్చు:

- మీ ఆసక్తులు మరియు విలువల గురించి ఆలోచించండి. మీకు ఆనందాన్ని ఇచ్చే కార్యకలాపాలు మరియు మీకు ముఖ్యమైన విషయాలు ఏమిటి?

- మీ బలాలు మరియు బలహీనతలను గుర్తించండి. మీరు ఏ విషయాలలో మంచివారు? మీరు ఏ విషయాలలో మెరుగుపడాలి?

- మీ కెరీర్ లక్ష్యాల గురించి ఆలోచించండి. మీరు మీ కెరీర్‌లో ఏమి సాధించాలనుకుంటున్నారు?

మీ స్వీయ అవగాహనను పెంపొందించుకోవడానికి సహాయపడే కొన్ని కెరీర్ అంచనా సాధనాలు మరియు వ్యక్తిత్వ పరీక్షలు ఉన్నాయి. ఈ సాధనాలు మీ ఆసక్తులు, బలాలు, బలహీనతలు మరియు విలువల గురించి మీకు సమాచారాన్ని అందిస్తాయి.

మీ స్వీయ అవగాహనను పెంపొందించుకోవడానికి సమయం మరియు కృషి అవసరం. కానీ, ఇది మీకు సరిపోయే కెరీర్ మార్గాన్ని ఎంచుకోవడానికి అవసరమైన సమాచారాన్ని అందిస్తుంది.

వివిధ వృత్తి రంగాలు మరియు ప్రత్యేకతలను అన్వేషించడంపై మార్గదర్శకత్వం

1. మీ ఆసక్తులు మరియు బలాలు ఏమిటో తెలుసుకోండి

వివిధ వృత్తి రంగాలు మరియు ప్రత్యేకతలను అన్వేషించడానికి మొదటి మరియు అతి ముఖ్యమైన దశ మీ ఆసక్తులు మరియు బలాలు ఏమిటో తెలుసుకోవడం. మీరు ఏమి చేయడానికి ఇష్టపడతారు? మీరు ఏ విషయాలలో మంచివారు? మీరు ఏ విషయాలపై ఆసక్తి కలిగి ఉంటారు? మీరు ఈ ప్రశ్నలకు సమాధానం ఇవ్వగలిగితే, మీరు మీకు సరిపోయే వృత్తి రంగం లేదా ప్రత్యేకతను కనుగొనడానికి మంచి ప్రారంభ స్థానంలో ఉంటారు.

మీ ఆసక్తులు మరియు బలాలను తెలుసుకోవడానికి, మీరు క్రింది వాటిని చేయవచ్చు:

- మీరు ఏ విషయాలలో సమయాన్ని గడపడానికి ఇష్టపడతారు?
- మీరు ఏ విషయాలను చేయడంలో మంచివారు?
- మీరు ఏ విషయాలపై ఆసక్తి కలిగి ఉంటారు?
- మీరు మీ జీవితంలో ఏమి సాధించాలనుకుంటున్నారు?

ఈ ప్రశ్నలకు సమాధానం ఇవ్వడానికి, మీరు మీ పాఠశాల పని, హాబీలు, స్వచ్ఛంద కార్యకలాపాలు మరియు మీ సామాజిక జీవితాన్ని పరిశీలించవచ్చు. మీరు మీ స్నేహితులు, కుటుంబ సభ్యులు మరియు ఉపాధ్యాయుల నుండి కూడా సమాచారాన్ని పొందవచ్చు.

2. వృత్తి సలహాదారుతో మాట్లాడండి

వృత్తి సలహాదారు మీ ఆసక్తులు మరియు బలాలను అర్థం చేసుకోవడంలో మీకు సహాయపడగలరు. వారు మీకు వివిధ వృత్తి రంగాలు మరియు ప్రత్యేకతల గురించి సమాచారాన్ని అందించగలరు మరియు మీకు సరిపోయే వృత్తి రంగాన్ని ఎంచుకోవడంలో మీకు సహాయపడగలరు.

3. వృత్తి పరీక్షలు తీసుకోండి

వృత్తి పరీక్షలు మీ ఆసక్తులు మరియు బలాలను అర్థం చేసుకోవడంలో మీకు సహాయపడతాయి. వీటిలో వ్యక్తిత్వ పరీక్షలు, ఆసక్తి పరీక్షలు మరియు నైపుణ్య పరీక్షలు ఉన్నాయి.

4. వృత్తి మార్కెట్‌ను పరిశోధించండి

వృత్తి మార్కెట్‌ను పరిశోధించడం వల్ల మీరు మీకు ఆసక్తి ఉన్న వృత్తి రంగాలలో ఉద్యోగాల అందుబాటును అర్థం చేసుకోవచ్చు. మీరు వృత్తి మార్కెట్ రిపోర్ట్‌లను చదవవచ్చు, వృత్తి సంస్థల వెబ్‌సైట్‌లను సందర్శించవచ్చు మరియు ఉద్యోగ ఖాళీలను అన్వేషించవచ్చు.

Chapter 3: Demystifying the Vocational Education Landscape
అధ్యాయం 3: వృత్తి విద్యా దృశ్యం యొక్క డీమిస్టిఫికేషన్

వివిధ రకాల వృత్తి విద్యా కార్యక్రమాల అవలోకనం

వృత్తి విద్య అనేది విద్యార్థులను నిర్దిష్ట వృత్తులకు సిద్ధం చేయడానికి ఉద్దేశించిన విద్య. ఇది పాఠశాల, కళాశాల లేదా ఇతర సంస్థలలో అందించబడుతుంది. వృత్తి విద్యా కార్యక్రమాలు వివిధ రకాలైన కోర్సులను కలిగి ఉంటాయి, వీటిలో సర్టిఫికేట్లు, డిప్లొమాలు, శిక్షణార్థులు మరియు డిగ్రీలు ఉన్నాయి.

సర్టిఫికేట్ కోర్సులు

సర్టిఫికేట్ కోర్సులు వృత్తి విద్యా కార్యక్రమాలలో అత్యంత సాధారణ రకం. ఇవి సాధారణంగా కొన్ని నెలల లేదా సంవత్సరాల పాటు ఉంటాయి మరియు నిర్దిష్ట నైపుణ్యాల లేదా జ్ఞానాన్ని నేర్పడానికి ఉద్దేశించినవి. సర్టిఫికేట్ కోర్సులను పూర్తి చేయడం ద్వారా, విద్యార్థులు కొత్త వృత్తిని ప్రారంభించడానికి లేదా ప్రస్తుత వృత్తిలో మెరుగుపరచడానికి అవసరమైన నైపుణ్యాలను పొందవచ్చు.

సర్టిఫికేట్ కోర్సుల కొన్ని ఉదాహరణలు:

- కంప్యూటర్ టెక్నాలజీ
- వెబ్ డిజైన్

- ఆఫీస్ అసిస్టెన్సీ
- సెల్ ఫోన్ మరియు టెక్స్ట్ మెసెజింగ్
- ఫిట్నెస్
- కుక్‌షాప్

డిప్లొమా కోర్సులు

డిప్లొమా కోర్సులు సర్టిఫికేట్ కోర్సుల కంటే ఎక్కువ సమయం పడుతుంది, సాధారణంగా రెండు నుండి నాలుగు సంవత్సరాల వరకు. డిప్లొమా కోర్సులు సాధారణంగా మరింత అధునాతన నైపుణ్యాలను నేర్పడానికి ఉద్దేశించినవి మరియు కొన్నిసార్లు ఉద్యోగ భద్రతను అందిస్తాయి.

డిప్లొమా కోర్సుల కొన్ని ఉదాహరణలు:

- బిల్డింగ్ టెక్నాలజీ
- పెయింటింగ్
- ఎలక్ట్రికల్ ఇంజనీరింగ్
- మెకానికల్ ఇంజనీరింగ్
- ఫార్మసి
- నర్సింగ్

శిక్షణార్థులు

శిక్షణార్థులు వృత్తి విద్యా కార్యక్రమాలలో మరొక సాధారణ రకం. ఇవి సాధారణంగా మూడు నుండి ఐదు సంవత్సరాల వరకు ఉంటాయి మరియు నిర్దిష్ట వృత్తిలో పని చేయడానికి

అవసరమైన అన్ని నైపుణ్యాలను అందించడానికి ఉద్దేశించినవి. శిక్షణార్థులు సాధారణంగా పారిశ్రామిక శిక్షణను కలిగి ఉంటాయి, ఇది విద్యార్థులను వారి నైపుణ్యాలను అభివృద్ధి చేయడానికి మరియు వారి ఉద్యోగ అవకాశాలను మెరుగుపరచడానికి అనుమతిస్తుంది.

వృత్తి నైపుణ్యాలకు గుర్తింపు మరియు ధృవీకరణ ప్రక్రియలు

వృత్తి నైపుణ్యాలకు గుర్తింపు మరియు ధృవీకరణ అనేది వృత్తిపరమైన నైపుణ్యాలను అధికారికంగా గుర్తించడానికి మరియు ధృవీకరించడానికి ఒక ప్రక్రియ. ఇది వృత్తిపరమైన అభివృద్ధి మరియు కెరీర్ పురోగతిని ప్రోత్సహించడానికి ఉద్దేశించబడింది.

వృత్తి నైపుణ్యాలకు గుర్తింపు మరియు ధృవీకరణ ప్రక్రియలు వివిధ అంశాలను కలిగి ఉంటాయి, వీటిలో:

- నైపుణ్యాలను నిర్వచించడం మరియు విలువైనవిగా పరిగణించడం
- నైపుణ్యాలను అంచనా వేయడానికి ప్రమాణాలను అభివృద్ధి చేయడం
- నైపుణ్యాలను గుర్తించడానికి మరియు ధృవీకరించడానికి ప్రక్రియలను అభివృద్ధి చేయడం

వృత్తి నైపుణ్యాలకు గుర్తింపు మరియు ధృవీకరణ ప్రక్రియలను వివిధ సంస్థలు నిర్వహిస్తాయి, వీటిలో:

- ప్రభుత్వ సంస్థలు
- ప్రైవేట్ సంస్థలు
- వృత్తి సంఘాలు

వృత్తి నైపుణ్యాలకు గుర్తింపు మరియు ధృవీకరణ ప్రక్రియల యొక్క ప్రయోజనాలు:

- వృత్తిపరమైన నైపుణ్యాలను అధికారికంగా గుర్తించడం
- వృత్తిపరమైన అభివృద్ధి మరియు కెరీర్ పురోగతిని ప్రోత్సహించడం
- కార్మికులకు మరియు వినియోగదారులకు రక్షణ కల్పించడం

వృత్తి నైపుణ్యాలకు గుర్తింపు మరియు ధృవీకరణ ప్రక్రియల యొక్క కొన్ని అవరోధాలు:

- ఖర్చు
- సమయం
- సాంకేతికతపై ఆధారపడటం

వృత్తి నైపుణ్యాలకు గుర్తింపు మరియు ధృవీకరణ ప్రక్రియల రకాలు

వృత్తి నైపుణ్యాలకు గుర్తింపు మరియు ధృవీకరణ ప్రక్రియలు వివిధ రకాలుగా ఉంటాయి, వాటి అంచనా వేయడానికి ఉపయోగించే పద్ధతుల ఆధారంగా. కొన్ని ప్రధాన రకాలు:

- పరీక్షలు: ఇవి నైపుణ్యాలను అంచనా వేయడానికి అత్యంత సాధారణ పద్ధతి. పరీక్షలు రాతపరమైనవి, ప్రాక్టికల్వి లేదా రెండింటినీ కలిగి ఉండవచ్చు.
- ప్రదర్శనలు: ఇవి వృత్తిపరమైన నైపుణ్యాలను అభ్యాసంలో చూపించడానికి అవకాశాన్ని అందిస్తాయి. ప్రదర్శనలు సాధారణంగా ఒక నిర్దిష్ట పనిని పూర్తి చేయడం లేదా ఒక ప్రశ్నలకు సమాధానం ఇవ్వడంతో కూడి ఉంటాయి.

వృత్తి విద్య కోసం వివిధ పంపిణీ పద్ధతులు

వృత్తి విద్య అనేది ఒక నిర్దిష్ట వృత్తిలో విజయవంతం కావడానికి అవసరమైన నైపుణ్యాలు మరియు జ్ఞానాన్ని అందించే విద్య. వృత్తి విద్యను అందించే అనేక మార్గాలు ఉన్నాయి, వీటిలో ప్రాంగణంలో తరగతి గదులు, ఆన్‌లైన్ లెర్నింగ్ మరియు మిశ్రమ లెర్నింగ్ ఉన్నాయి.

ప్రాంగణంలో తరగతి గదులు

ప్రాంగణంలో తరగతి గదులు అనేది వృత్తి విద్యను అందించే ఒక సాంప్రదాయ మార్గం. ఈ పద్ధతిలో, విద్యార్థులు ఒక భౌతిక పాఠశాల లేదా కళాశాలలో ఒక టీచర్ నుండి నేర్చుకుంటారు. ప్రాంగణంలో తరగతి గదుల ప్రయోజనాలు:

- విద్యార్థులు టీచర్‌తో సన్నిహితంగా సంబంధం కలిగి ఉంటారు.
- విద్యార్థులు ఇతర విద్యార్థులతో కలిసి నేర్చుకోవడానికి అవకాశం పొందుతారు.
- ప్రాంగణంలో తరగతి గదులు సాంప్రదాయిక విద్యను అందించడంలో మంచివి.

ప్రాంగణంలో తరగతి గదుల లోపాలు:

- ఈ పద్ధతి చాలా ఖరీదైనది.
- విద్యార్థులకు పాఠశాలకు వెళ్ళడానికి సౌకర్యం ఉండాలి.
- ప్రాంగణంలో తరగతి గదులు సమయం మరియు స్థలాన్ని పరిమితం చేస్తాయి.

ఆన్‌లైన్ లెర్నింగ్

ఆన్‌లైన్ లెర్నింగ్ అనేది వృత్తి విద్యను అందించే ఒక నూతన మార్గం. ఈ పద్ధతిలో, విద్యార్థులు ఒక ఆన్‌లైన్ కోర్సును తీసుకుంటారు. ఆన్‌లైన్ లెర్నింగ్‌కు అనేక ప్రయోజనాలు ఉన్నాయి:

- ఈ పద్ధతి చాలా సరసమైనది.
- విద్యార్థులు ఎక్కడైనా, ఎప్పుడైనా నేర్చుకోవచ్చు.
- ఆన్‌లైన్ లెర్నింగ్ సమయం మరియు స్థలాన్ని స్వేచ్ఛగా ఇస్తుంది.

ఆన్‌లైన్ లెర్నింగ్‌కు కొన్ని లోపాలు ఉన్నాయి:

- విద్యార్థులు టీచర్‌తో సన్నిహితంగా సంబంధం కలిగి ఉండలేరు.
- విద్యార్థులు ఇతర విద్యార్థులతో కలిసి నేర్చుకోవడానికి అవకాశం పొందలేరు.
- ఆన్‌లైన్ లెర్నింగ్ స్వ-నియంత్రణ మరియు స్వీయ-ప్రేరణను అవసరం.

మిశ్రమ లెర్నింగ్

మిశ్రమ లెర్నింగ్ అనేది ప్రాంగణంలో తరగతి గదులు మరియు ఆన్‌లైన్ లెర్నింగ్‌ను కలిపి ఉపయోగించే ఒక పద్ధతి. ఈ పద్ధతిలో, విద్యార్థులు పాఠశాలకు వెళ్లి కొన్ని తరగతులను తీసుకుంటారు మరియు ఇతర తరగతులను ఆన్‌లైన్‌లో తీసుకుంటారు.

కమ్యూనిటీ కళాశాలలు, టెక్నికల్ ఇనిస్టిట్యూట్లు మరియు వృత్తి శిక్షణ కేంద్రాల పాత్ర

కమ్యూనిటీ కళాశాలలు, టెక్నికల్ ఇనిస్టిట్యూట్లు మరియు వృత్తి శిక్షణ కేంద్రాలు వృత్తి విద్యలో ముఖ్యమైన పాత్ర పోషిస్తున్నాయి. అవి విద్యార్థులకు అవసరమైన నైపుణ్యాలు మరియు జ్ఞానాన్ని అందించడం ద్వారా వారి వృత్తి జీవితంలో విజయం సాధించడంలో సహాయపడతాయి.

కమ్యూనిటీ కళాశాలలు

కమ్యూనిటీ కళాశాలలు సాధారణంగా సాంప్రదాయిక విశ్వవిద్యాలయాల కంటే తక్కువ ఖరీదైనవి మరియు అవి విద్యార్థులకు వివిధ రకాల వృత్తి విద్య ప్రోగ్రామ్‌లను అందిస్తాయి. ఈ ప్రోగ్రామ్‌లు సాంకేతిక నైపుణ్యాలు, వ్యాపార నైపుణ్యాలు, ఆరోగ్య సంరక్షణ, మరియు ఇతర రంగాలలోని వృత్తిలకు సిద్ధం చేస్తాయి.

కమ్యూనిటీ కళాశాలలు వివిధ రకాల విద్యార్థులకు అవకాశాలను అందిస్తాయి. అవి కొత్త వృత్తిని ప్రారంభించాలనుకునే వ్యక్తులకు, ఇప్పటికే ఉన్న వృత్తిలో మెరుగుపరచుకోవాలనుకునే వ్యక్తులకు, లేదా కళాశాల విద్యను కొనసాగించాలనుకునే వ్యక్తులకు అనుకూలంగా ఉంటాయి.

టెక్నికల్ ఇనిస్టిట్యూట్లు

టెక్నికల్ ఇనిస్టిట్యూట్లు వివిధ రకాల సాంకేతిక నైపుణ్యాలను బోధించడంలో ప్రత్యేకత కలిగి ఉన్నాయి. ఈ నైపుణ్యాలు

సాధారణంగా ఇంజనీరింగ్, కంప్యూటర్ సైన్స్, సైన్స్, మరియు ఆర్కిటెక్చర్ వంటి రంగాలలోని వృత్తిలకు అవసరం.

టెక్నికల్ ఇనిస్టిట్యూట్లు తరచుగా కమ్యూనిటీ కళాశాలల కంటే కొంత ఎక్కువ ఖరీదైనవి. అయితే, అవి విద్యార్థులకు ప్రాచుర్యం పొందిన వృత్తులలో ఉద్యోగం పొందే అవకాశాలను మెరుగుపరచడంలో సహాయపడతాయి.

వృత్తి శిక్షణ కేంద్రాలు

వృత్తి శిక్షణ కేంద్రాలు నిర్ధిష్ట వృత్తులకు సంబంధించిన నైపుణ్యాలను బోధించడంలో ప్రత్యేకత కలిగి ఉన్నాయి. ఈ కేంద్రాలు తరచుగా కొన్ని నెలల లేదా సంవత్సరాల పాటు శిక్షణను అందిస్తాయి.

వృత్తి శిక్షణ కేంద్రాలు చాలా ఖరీదైనవి కావచ్చు. అయితే, అవి విద్యార్థులకు తక్కువ సమయంలో ఒక నిర్ధిష్ట వృత్తిలో నైపుణ్యం పొందే అవకాశాన్ని అందిస్తాయి.

Chapter 4: Mastering Vocational Skills
అధ్యాయం 4: వృత్తి నైపుణ్యాలను నేర్చుకోవడం

వృత్తి విద్యాలో ప్రభావవంతమైన నేర్చుకోవడానికి ఆచరణాత్మక చిట్కాలు మరియు వ్యూహాలు

వృత్తి విద్య అనేది ఒక వృత్తి లేదా వ్యాపారంలో విజయం సాధించడానికి అవసరమైన నైపుణ్యాలు మరియు జ్ఞానాన్ని అందించే విద్య. వృత్తి విద్యలో ప్రభావవంతంగా నేర్చుకోవడం ద్వారా, విద్యార్థులు తమ లక్ష్యాలను సాధించడానికి మరియు వారి కెరీర్‌లో విజయం సాధించడానికి మరింత అవకాశం ఉంది.

వృత్తి విద్యలో ప్రభావవంతంగా నేర్చుకోవడానికి కొన్ని ఆచరణాత్మక చిట్కాలు మరియు వ్యూహాలు ఇక్కడ ఉన్నాయి:

1. మీ లక్ష్యాలను నిర్వచించండి.

మీరు వృత్తి విద్యను ఎందుకు అభ్యసించాలనుకుంటున్నారు? మీరు ఏ వృత్తిలో స్థిరపడాలనుకుంటున్నారు? మీ లక్ష్యాలను నిర్వచించడం ద్వారా, మీరు మీ అభ్యాసంపై దృష్టి పెట్టడానికి మరియు మీ లక్ష్యాలను సాధించడానికి అవసరమైన నైపుణ్యాలు మరియు జ్ఞానాన్ని అభివృద్ధి చేయడానికి మార్గదర్శకత్వం పొందవచ్చు.

2. మీ అవసరాలను అర్థం చేసుకోండి.

ప్రతి విద్యార్థి ఒకేలా లేరు. మీరు ఎలా నేర్చుకుంటారు? మీరు ఎంత సమయం మరియు ప్రయత్నం పెట్టడానికి సిద్ధంగా ఉన్నారు? మీ అవసరాలను అర్థం చేసుకోవడం ద్వారా, మీరు మీకు సరైన అభ్యాస వ్యూహాలను అభివృద్ధి చేయడానికి మార్గదర్శకత్వం పొందవచ్చు.

3. సమయాన్ని బాగా నిర్వహించండి.

వృత్తి విద్య తరచుగా కష్టంగా ఉంటుంది. మీరు మీ అభ్యాసం కోసం సమయాన్ని కేటాయించడానికి మరియు మీ బాధ్యతలను నిర్వహించడానికి ఒక ప్రణాళికను రూపొందించడం ముఖ్యం.

4. పాఠశాల విద్యార్థిగా ఉండండి.

పాఠశాలలో, మీరు తరగతులకు హాజరు కావడం, పనులను పూర్తి చేయడం మరియు అధ్యయనానికి సమయాన్ని కేటాయించడం ముఖ్యం. మీరు మీ అధ్యాపకులతో కమ్యూనికేట్ చేయడం మరియు మీరు అర్థం చేసుకోలేనిది అడగడం కూడా ముఖ్యం.

5. అదనపు అవకాశాలను అన్వేషించండి.

పాఠశాలలో అదనపు అవకాశాలను అన్వేషించడం ద్వారా, మీరు మీ నైపుణ్యాలు మరియు జ్ఞానాన్ని మెరుగుపరచడానికి మరియు మీ కెరీర్‌ను ముందుకు తీసుకెళ్లడానికి సహాయపడే అనుభవాన్ని పొందవచ్చు.

ప్రాక్టికల్ అనుభవం, ఇంటర్న్‌షిప్‌లు మరియు శిక్షణార్థుల ప్రాముఖ్యత

విద్య అనేది జీవితంలో ఒక ముఖ్యమైన భాగం. ఇది మనకు జ్ఞానం, నైపుణ్యాలు మరియు విలువలను అందిస్తుంది. విద్య ద్వారా మనం మన జీవితంలో మంచి విజయాలను సాధించగలము.

విద్యలో రెండు రకాలు ఉన్నాయి: సిద్ధాంత అనుభవం మరియు ప్రాక్టికల్ అనుభవం. సిద్ధాంత అనుభవం అనేది పుస్తకాలు, లెక్చర్లు మరియు ట్యుటోరియల్ల ద్వారా పొందే అనుభవం. ప్రాక్టికల్ అనుభవం అనేది నిజ జీవితంలో పని చేయడం ద్వారా పొందే అనుభవం.

ప్రాక్టికల్ అనుభవం చాలా ముఖ్యం. ఇది మనకు సిద్ధాంత అనుభవంలో నేర్చుకున్న విషయాలను అమలు చేయడానికి సహాయపడుతుంది. ఇది మనకు నైపుణ్యాలు మరియు అనుభవాన్ని అందిస్తుంది. ఇది మనకు ఉద్యోగం పొందడంలో సహాయపడుతుంది.

ఇంటర్న్‌షిప్‌లు ప్రాక్టికల్ అనుభవాన్ని పొందడానికి ఒక గొప్ప మార్గం. ఇంటర్న్‌షిప్‌లు సాధారణంగా ఒక సంస్థలో ఉచిత లేదా తక్కువ జీతంతో పని చేయడం ద్వారా అవకాశాన్ని అందిస్తాయి. ఇంటర్న్‌షిప్‌లు మనకు ఒక నిర్దిష్ట రంగంలో అనుభవాన్ని పొందడానికి అనుమతిస్తాయి. ఇవి మనకు నైపుణ్యాలు మరియు అనుభవాన్ని అందిస్తాయి. ఇవి మనకు ఉద్యోగం పొందడంలో సహాయపడతాయి.

శిక్షణార్థులు ప్రాక్టికల్ అనుభవాన్ని పొందడానికి మరొక గొప్ప మార్గం. శిక్షణార్థులు సాధారణంగా ఒక సంస్థలో పని

చేయడానికి జీతం పొందుతారు. శిక్షణార్థులు మనకు ఒక నిర్దిష్ట రంగంలో అనుభవాన్ని పొందడానికి అనుమతిస్తాయి. ఇవి మనకు నైపుణ్యాలు మరియు అనుభవాన్ని అందిస్తాయి. ఇవి మనకు ఉద్యోగం పొందడంలో సహాయపడతాయి.

ప్రాక్టికల్ అనుభవం, ఇంటర్న్‌షిప్‌లు మరియు శిక్షణార్థుల ప్రాముఖ్యతను ఈ క్రింది విధంగా చర్చించవచ్చు:

ప్రాక్టికల్ అనుభవం యొక్క ప్రాముఖ్యత

ప్రాక్టికల్ అనుభవం చాలా ముఖ్యం ఎందుకంటే ఇది మనకు సిద్ధాంత అనుభవంలో నేర్చుకున్న విషయాలను అమలు చేయడానికి సహాయపడుతుంది. ఉదాహరణకు, మనం కంప్యూటర్ సైన్స్‌లో చదువుతున్నట్లయితే, మనం సిద్ధాంత అనుభవంలో కంప్యూటర్ ప్రోగ్రామింగ్ నేర్చుకోవచ్చు.

వృత్తి రంగాలలో విజయానికి అవసరమైన నైపుణ్యాలు

వృత్తి రంగాలలో విజయం సాధించడానికి అనేక నైపుణ్యాలు అవసరం. వీటిలో సాంకేతిక నైపుణ్యాలు, కమ్యూనికేషన్ నైపుణ్యాలు, టీంవర్క్ మరియు సమస్య-పరిష్కార నైపుణ్యాలు ముఖ్యమైనవి.

సాంకేతిక నైపుణ్యాలు

ప్రతి వృత్తి రంగానికి కొన్ని ప్రత్యేకమైన సాంకేతిక నైపుణ్యాలు అవసరం. ఉదాహరణకు, కంప్యూటర్ సైన్స్ రంగంలో పని చేయాలనుకునే వారు కంప్యూటర్ ప్రోగ్రామింగ్, డేటా సైన్స్ మరియు క్లౌడ్ కంప్యూటింగ్ వంటి సాంకేతిక నైపుణ్యాలను అభివృద్ధి చేయాలి. ఇంజనీరింగ్ రంగంలో పని చేయాలనుకునే వారు మెకానికల్ ఇంజనీరింగ్, ఎలక్ట్రికల్ ఇంజనీరింగ్ మరియు సివిల్ ఇంజనీరింగ్ వంటి సాంకేతిక నైపుణ్యాలను అభివృద్ధి చేయాలి.

కమ్యూనికేషన్ నైపుణ్యాలు

కమ్యూనికేషన్ నైపుణ్యాలు ఏ వృత్తి రంగంలోనైనా ముఖ్యమైనవి. ఈ నైపుణ్యాలు మీరు మీ ఆలోచనలను మరియు సమాచారాన్ని సమర్ధవంతంగా మరియు ప్రభావవంతంగా తెలియజేయడంలో మీకు సహాయపడతాయి. మీరు మాట్లాడటం, రాయడం, వినడం మరియు ప్రజా సంభాషణలను నిర్వహించడం ద్వారా మీ కమ్యూనికేషన్ నైపుణ్యాలను మెరుగుపరచవచ్చు.

టీంవర్క్ నైపుణ్యాలు

టీంవర్క్ నైపుణ్యాలు ఏ వృత్తి రంగంలోనైనా ముఖ్యమైనవి. ఈ నైపుణ్యాలు మీరు ఇతరులతో సహకరించడం మరియు సమస్యలను సమూహంగా పరిష్కరించడంలో మీకు సహాయపడతాయి. మీరు ఇతరులతో సంబంధాలను ఏర్పరచుకోవడం, సహకారం మరియు సమస్య-పరిష్కారం ద్వారా మీ టీంవర్క్ నైపుణ్యాలను మెరుగుపరచవచ్చు.

సమస్య-పరిష్కార నైపుణ్యాలు

సమస్య-పరిష్కార నైపుణ్యాలు ఏ వృత్తి రంగంలోనైనా ముఖ్యమైనవి. ఈ నైపుణ్యాలు మీరు సవాళ్లను ఎదుర్కోవడం మరియు సమస్యలను సమర్ధవంతంగా పరిష్కరించడంలో మీకు సహాయపడతాయి. మీరు సమస్యను గుర్తించడం, పరిష్కారాలను అభివృద్ధి చేయడం మరియు సమస్యను పరిష్కరించడం ద్వారా మీ సమస్య-పరిష్కార నైపుణ్యాలను మెరుగుపరచవచ్చు.

వృత్తి నైపుణ్యాలు మరియు విజయాలను ప్రదర్శించడానికి పోర్ట్‌ఫోలియోను అభివృద్ధి చేయడంలో మార్గదర్శకత్వం

వృత్తి రంగంలో విజయం సాధించడానికి, మీరు మీ నైపుణ్యాలు మరియు విజయాలను ప్రదర్శించడానికి ఒక మార్గాన్ని కనుగొనాలి. పోర్ట్‌ఫోలియో అనేది మీ నైపుణ్యాలు మరియు విజయాలను ప్రదర్శించడానికి ఒక గొప్ప మార్గం.

ఒక పోర్ట్‌ఫోలియోను అభివృద్ధి చేయడం మీ వృత్తి జీవితంలో ఒక ముఖ్యమైన దశ. ఇది మీకు ఉద్యోగం పొందడంలో సహాయపడుతుంది, మీ కెరీర్‌ను ముందుకు తీసుకెళ్లడానికి మరియు మీ నైపుణ్యాలను మెరుగుపరచడానికి మీకు సహాయపడుతుంది.

పోర్ట్‌ఫోలియోను అభివృద్ధి చేయడంలో మార్గదర్శకత్వం

1. మీ లక్ష్యాలను నిర్వచించండి

మీరు మీ పోర్ట్‌ఫోలియోను ఎందుకు అభివృద్ధి చేస్తున్నారో మీకు తెలుసుకోవడం ముఖ్యం. మీరు ఉద్యోగం పొందాలనుకుంటున్నారా, మీ కెరీర్‌ను ముందుకు తీసుకెళ్లాలనుకుంటున్నారా లేదా మీ నైపుణ్యాలను మెరుగుపరచాలనుకుంటున్నారా? మీ లక్ష్యాలను తెలుసుకోవడం మీకు మీ పోర్ట్‌ఫోలియోను ఎలా నిర్మించాలో నిర్ణయించడంలో సహాయపడుతుంది.

2. మీ ప్రేక్షకులను గుర్తించండి

మీ పోర్ట్ఫోలియోను ఎవరు చూస్తారో మీకు తెలుసుకోవడం ముఖ్యం. మీరు ఉద్యోగదారులను ఆకర్షించాలనుకుంటున్నారా, మీ క్లయింట్లను ఆకర్షించాలనుకుంటున్నారా లేదా మీ శిక్షకులను ఆకర్షించాలనుకుంటున్నారా? మీ ప్రేక్షకులను అర్థం చేసుకోవడం మీకు మీ పోర్ట్ఫోలియోను ఎలా సృష్టించాలో నిర్ణయించడంలో సహాయపడుతుంది.

3. మీ నైపుణ్యాలు మరియు విజయాలను గుర్తించండి

మీ పోర్ట్ఫోలియోలో చేర్చాలనుకునే మీ నైపుణ్యాలు మరియు విజయాలను గుర్తించండి. మీరు ఏ విషయంలో మంచివారు? మీరు ఏ విషయాలను సాధించారు? మీ నైపుణ్యాలు మరియు విజయాలను గుర్తించడం మీకు మీ పోర్ట్ఫోలియో కోసం కంటెంట్‌ను ఎంచుకోవడంలో సహాయపడుతుంది.

4. మీ కంటెంట్‌ను నిర్వహించండి

మీరు ఎంచుకున్న కంటెంట్‌ను నిర్వహించండి. మీ పోర్ట్ఫోలియో సమగ్రంగా మరియు ఆకర్షణీయంగా ఉండేలా చూసుకోండి.

Chapter 5: Navigating the Job Market with Vocational Skills

అధ్యాయం 5: వృత్తి నైపుణ్యాలతో ఉద్యోగ మార్కెట్‌ను నావిగేట్ చేయడం

వృత్తి రంగాల కోసం పాఠకులను అవసరమైన ఉద్యోగ శోధన నైపుణ్యాలతో సన్నద్ధం చేయండి

ఉద్యోగం పొందడం అనేది ఒక సవాళ్ళుగా ఉండే ప్రక్రియ. ప్రస్తుత ఆర్థిక పరిస్థితులలో, మంచి ఉద్యోగాన్ని పొందడం మరింత కష్టంగా మారింది. ఈ పరిస్థితులలో, ఉద్యోగ శోధన నైపుణ్యాలను అభివృద్ధి చేయడం ముఖ్యం.

ఉద్యోగ శోధన నైపుణ్యాలు అనేవి ఉద్యోగం కోసం వెతకడం మరియు సాధించడంతో సంబంధించిన నైపుణ్యాలు. ఈ నైపుణ్యాలు పాఠకులకు తమకు నచ్చిన ఉద్యోగాన్ని పొందడంలో సహాయపడతాయి.

ఈ కథనంలో, వృత్తి రంగాల కోసం పాఠకులను అవసరమైన ఉద్యోగ శోధన నైపుణ్యాలను వివరిస్తాము. ఈ నైపుణ్యాలను అభివృద్ధి చేయడానికి కొన్ని చిట్కాలు కూడా అందిస్తాము.

ఉద్యోగ శోధన ప్రక్రియను అర్థం చేసుకోండి

ఉద్యోగ శోధన ప్రక్రియను అర్థం చేసుకోవడం చాలా ముఖ్యం. ఈ ప్రక్రియలో ఏమి జరుగుతుందో తెలుసుకోవడం ద్వారా, మీరు మీ కోసం ఉత్తమమైన ఫలితాలను పొందడానికి మీ ప్రయత్నాలను సమన్వయం చేయవచ్చు.

ఉద్యోగ శోధన ప్రక్రియ యొక్క కొన్ని దశలు ఇక్కడ ఉన్నాయి:

- సమాచారాన్ని సేకరించండి: మీరు ఏ రకమైన ఉద్యోగాన్ని కోరుకుంటున్నారో మరియు మీకు ఏ నైపుణ్యాలు ఉన్నాయో తెలుసుకోండి.

- మీ కోసం ఉద్యోగాలను కనుగొనండి: ఉద్యోగాల కోసం వెతకడానికి అనేక మార్గాలు ఉన్నాయి. మీరు జాబ్ బోర్డులు, కనెక్షన్లు మరియు నెట్‌వర్కింగ్ ద్వారా ఉద్యోగాలను కనుగొనవచ్చు.

- మీ రెజ్యూమె మరియు కవర్ లెటర్‌ను రూపొందించండి: మీ రెజ్యూమె మరియు కవర్ లెటర్ మీరు ఉద్యోగాన్ని పొందగల అవకాశాలను నిర్ణయించడంలో ముఖ్యమైన పాత్ర పోషిస్తాయి.

- ఉద్యోగ ముఖాముఖిలకు సిద్ధం చేయండి: ఉద్యోగ ముఖాముఖిలు ఉద్యోగం పొందడానికి అవసరమైన ఒక ముఖ్యమైన దశ. మీరు ఉద్యోగ ముఖాముఖిలకు సిద్ధంగా ఉండటం ద్వారా, మీరు మంచి ముద్రను వేయడానికి మరియు ఉద్యోగాన్ని పొందే అవకాశాలను పెంచుకోవడానికి సహాయపడవచ్చు.

రిజ్యూమ్ రాయడం, కవర్ లేఖ తయారీ మరియు ఇంటర్వ్యూ టెక్నిక్లు

ఉద్యోగం పొందడానికి, మీరు మీ రిజ్యూమె మరియు కవర్ లేఖ ద్వారా మీరే ప్రదర్శించాలి. మీ రిజ్యూమె మీ విద్య, నైపుణ్యాలు మరియు అనుభవాలను సంక్షిప్తంగా వివరించే ఒక పత్రం. మీ కవర్ లేఖ మీరు ఆ ఉద్యోగానికి ఎందుకు అర్హులని వివరించే ఒక లేఖ.

రిజ్యూమ్ రాయడానికి చిట్కాలు

- మీ రిజ్యూమెను క్లుప్తంగా మరియు సమర్థవంతంగా ఉంచండి. ఇది ఒక పేజీ కంటే ఎక్కువ ఉండకూడదు.
- మీ విద్య, నైపుణ్యాలు మరియు అనుభవాలను స్పష్టంగా మరియు సంక్షిప్తంగా వివరించండి.
- మీ రిజ్యూమెను ఉద్యోగ వివరణకు అనుగుణంగా ఉంచండి.
- మీ రిజ్యూమెను కొత్త ఉద్యోగం కోసం ప్రతిసారీ అప్డేట్ చేయండి.

కవర్ లేఖ రాయడానికి చిట్కాలు

- మీ కవర్ లేఖను క్లుప్తంగా మరియు సమర్థవంతంగా ఉంచండి. ఇది రెండు పేజీల కంటే ఎక్కువ ఉండకూడదు.
- మీరు ఆ ఉద్యోగానికి ఎందుకు అర్హులో వివరించండి.
- మీరు ఆ సంస్థలో మీకు ఎలా సహాయపడగలరో వివరించండి.

- మీ కవర్ లేఖను పఠనీయంగా మరియు ఆకర్షణీయంగా ఉంచండి.

ఇంటర్వ్యూ టెక్నిక్‌లు

- తయారవ్వండి. ఉద్యోగ వివరణను పరిశోధించండి మరియు మీరు అడిగే ప్రశ్నలకు సమాధానాలను సిద్ధం చేయండి.
- సమయానికి రండి. మీరు ఇంటర్వ్యూకు సమయానికి రావడం చాలా ముఖ్యం.
- స్వచ్ఛంగా మరియు ఆకర్షణీయంగా కనిపించండి.
- నమ్మకంగా ఉండండి. మీరు సమాధానం ఇస్తున్న ప్రశ్నలను మీరు అర్థం చేసుకున్నారని మరియు మీరు అర్హులని నమ్ముతున్నారని చూపించండి.
- ప్రశ్నలు అడగండి. ఇంటర్వ్యూ చివరలో, మీకు ఏవైనా ప్రశ్నలు ఉంటే అడగండి. ఇది మీకు ఉద్యోగం గురించి మరింత తెలుసుకోవడానికి మరియు ఉద్యోగానికి మీ ఆసక్తిని చూపించడానికి ఒక మంచి మార్గం.

రిజ్యూమ్ మరియు కవర్ లేఖలకు ఉదాహరణలు

రిజ్యూమ్ మరియు కవర్ లేఖలకు అనేక ఉదాహరణలు అందుబాటులో ఉన్నాయి.

వృత్తిపరమైన నెట్‌వర్క్‌ను నిర్మించడానికి మరియు సంభావ్య యజమానులతో కనెక్ట్ అవ్వడానికి చిట్కాలు

వృత్తిపరమైన నెట్‌వర్క్‌ను నిర్మించడం మరియు సంభావ్య యజమానులతో కనెక్ట్ అవ్వడం అనేవి ఉద్యోగం పొందడంలో చాలా ముఖ్యమైనవి. మీరు మీ నెట్‌వర్క్‌ను నిర్మించడం ప్రారంభించినప్పుడు, మీరు మీ లక్ష్యాలను మరియు మీరు కలిగి ఉన్న నైపుణ్యాలను గుర్తించడం ముఖ్యం. మీరు ఏ రకమైన ఉద్యోగాన్ని కోరుకుంటున్నారో మరియు మీరు ఏ రకమైన సంస్థలో పని చేయాలనుకుంటున్నారో తెలుసుకోండి.

నెట్‌వర్క్‌ను నిర్మించడానికి కొన్ని మార్గాలు ఇక్కడ ఉన్నాయి:

- వృత్తిపరమైన సంఘాలు మరియు సమావేశాలకు హాజరవ్వండి.
- LinkedIn వంటి ఆన్‌లైన్ నెట్‌వర్కింగ్ వేదికలను ఉపయోగించండి.
- మీ యూనివర్శిటీ లేదా కళాశాల యొక్క కెరీర్ సెంటర్‌ను ఉపయోగించండి.
- మీ స్నేహితులు, కుటుంబ సభ్యులు మరియు గురువులను మీ లక్ష్యాల గురించి తెలియజేయండి.

సంభావ్య యజమానులతో కనెక్ట్ అవ్వడానికి కొన్ని చిట్కాలు ఇక్కడ ఉన్నాయి:

- మీరు ఆసక్తి ఉన్న సంస్థలలో పనిచేసే వ్యక్తులతో మాట్లాడండి.

- LinkedIn వంటి ఆన్‌లైన్ నెట్‌వర్కింగ్ వేదికల ద్వారా సంభావ్య యజమానులతో కనెక్ట్ అవ్వండి.
- మీరు ఆసక్తి ఉన్న ఉద్యోగాల కోసం దరఖాస్తు చేయండి.

మీరు సంభావ్య యజమానులతో మాట్లాడేటప్పుడు, మీరు ఈ చిట్కాలను గుర్తుంచుకోండి:

- సమయానికి రండి మరియు మీరు సిద్ధంగా ఉండండి.
- సానుకూల మరియు ఆసక్తిగా ఉండండి.
- మీరు ఆసక్తి ఉన్న సంస్థ గురించి మీకు తెలిసినదాన్ని మాట్లాడండి.
- మీరు ఏమి అందించగలరో చూపించండి.

వృత్తిపరమైన నెట్‌వర్క్‌ను నిర్మించడం మరియు సంభావ్య యజమానులతో కనెక్ట్ అవ్వడం కొంత సమయం మరియు కృషి తీసుకుంటుంది. అయితే, ఇది ఉద్యోగం పొందడంలో మీకు చాలా సహాయపడుతుంది.

వృత్తి పట్టభద్రులకు ప్రత్యామ్నాయ కెరీర్ మార్గాలు మరియు వ్యవసాయ అవకాశాలను అన్వేషించండి

పరిచయం

ఆధునిక భారతదేశంలో, విద్య పొందిన యువతకు కెరీర్ ఎంపికలు అనేక ఉన్నాయి. అయితే, కొన్ని సందర్భాల్లో, వారు తమ అభిరుచులు మరియు నైపుణ్యాలకు అనుగుణంగా కెరీర్‌ను ఎంచుకోలేకపోవచ్చు. అలాంటి సందర్భాల్లో, ప్రత్యామ్నాయ కెరీర్ మార్గాలు మరియు వ్యవసాయం వంటి అవకాశాలను అన్వేషించడం మంచిది.

ప్రత్యామ్నాయ కెరీర్ మార్గాలు

ప్రత్యామ్నాయ కెరీర్ మార్గాలు అనేవి సాంప్రదాయిక కెరీర్ మార్గాలకు భిన్నంగా ఉండే కెరీర్ మార్గాలు. వీటిలో ఫ్రీలాన్సర్‌గా పనిచేయడం, స్వయం ఉపాధి పొందడం, లేదా సామాజిక సేవా రంగాల్లో పనిచేయడం వంటివి ఉండవచ్చు.

ఫ్రీలాన్సర్‌గా పనిచేయడం

ఫ్రీలాన్సర్‌గా పనిచేయడం అనేది ఒక ప్రత్యామ్నాయ కెరీర్ మార్గం, ఇది యువతకు తమ అభిరుచులు మరియు నైపుణ్యాలను ఉపయోగించడానికి అనుమతిస్తుంది. ఫ్రీలాన్సర్లు తమ స్వంత గంటలను నిర్వహించగలరు మరియు తమ కెరీర్‌ను తమకు సరిపోయేలా అనుకూలీకరించగలరు.

స్వయం ఉపాధి పొందడం

స్వయం ఉపాధి పొందడం అనేది మరొక ప్రత్యామ్నాయ కెరీర్ మార్గం, ఇది యువతకు తమ స్వంత వ్యాపారాన్ని ప్రారంభించడానికి అనుమతిస్తుంది. స్వయం ఉపాధి పొందిన వ్యక్తులు తమ కెరీర్ యొక్క దిశను నియంత్రించగలరు మరియు తమ కృషికి ప్రతిఫలం పొందగలరు.

సామాజిక సేవా రంగాల్లో పనిచేయడం

సామాజిక సేవా రంగాల్లో పనిచేయడం అనేది మరొక ప్రత్యామ్నాయ కెరీర్ మార్గం, ఇది యువతకు తమ సమాజానికి తిరిగి ఇవ్వడానికి అనుమతిస్తుంది. సామాజిక సేవా రంగంలో పనిచేసే వ్యక్తులు తమ నైపుణ్యాలను ఉపయోగించి ప్రపంచాన్ని మెరుగుపరచడానికి సహాయపడగలరు.

వ్యవసాయం

వ్యవసాయం అనేది భారతదేశంలో ఒక ముఖ్యమైన ఆర్థిక రంగం. వ్యవసాయం వంటి రంగాల్లో కెరీర్‌ను ఎంచుకోవడం ద్వారా, యువతకు తమ దేశానికి తిరిగి ఇవ్వడానికి మరియు స్వయం ఉపాధి పొందడానికి అవకాశం ఉంది.

Chapter 6: Lifelong Learning and Continuous Skill Development

అధ్యాయం 6: జీవితకాల అభ్యసనం మరియు నిరంతర నైపుణ్య అభివృద్ధి

నేటి వేగంగా మారుతున్న ఉద్యోగ మార్కెట్‌లో నిరంతర నేర్చుకోవడం మరియు నైపుణ్య అభివృద్ధి ప్రాముఖ్యత

నేటి ఉద్యోగ మార్కెట్ చాలా వేగంగా మారుతోంది. కొత్త సాంకేతికతలు ఎప్పటికప్పుడు అభివృద్ధి చెందుతున్నాయి మరియు వాణిజ్య పద్ధతులు ఎల్లప్పుడూ అప్‌డేట్ అవుతున్నాయి. ఈ మార్పులకు అనుగుణంగా ఉండటానికి, కార్మికులు నిరంతరం నేర్చుకోవాలి మరియు వారి నైపుణ్యాలను అభివృద్ధి చేయాలి.

నిరంతర నేర్చుకోవడం మరియు నైపుణ్య అభివృద్ధి యొక్క ప్రాముఖ్యతను క్రింది విధంగా వివరించవచ్చు:

- ఉద్యోగ భద్రతను పెంచుతుంది: నిరంతరం నేర్చుకునే మరియు వారి నైపుణ్యాలను అభివృద్ధి చేసుకునే వ్యక్తులు తమ ఉద్యోగాలను నిలుపుకోవడానికి మరియు కొత్త అవకాశాలను పొందడానికి మరింత అవకాశం ఉంది.

- వేతనాన్ని పెంచుతుంది: కొత్త నైపుణ్యాలను కలిగి ఉన్న వ్యక్తులు సాధారణంగా ఎక్కువ వేతనం పొందుతారు.

- కెరీర్ అవకాశాలను విస్తరిస్తుంది: నిరంతరం నేర్చుకునే వ్యక్తులు కొత్త కెరీర్ మార్గాలను అన్వేషించడానికి

మరియు వారి ఉద్యోగ జీవితంలో ముందుకు సాగడానికి మరింత అవకాశం ఉంది.

నిరంతర నేర్చుకోవడానికి మరియు నైపుణ్య అభివృద్ధి చేయడానికి అనేక మార్గాలు ఉన్నాయి. వాటిలో కొన్ని:

- అధ్యయన కార్యక్రమాలు: కోర్సులు, డిగ్రీలు మరియు డిప్లొమాలు వంటి అధ్యయన కార్యక్రమాలు కొత్త నైపుణ్యాలను నేర్చుకోవడానికి ఒక గొప్ప మార్గం.
- శిక్షణ: శిక్షణ కార్యక్రమాలు మరియు ఓన్‌లైన్ ట్యుటోరియల్‌లు కొత్త నైపుణ్యాలను నేర్చుకోవడానికి మరొక మార్గం.
- వృత్తిపరమైన సంఘాలు: వృత్తిపరమైన సంఘాలు సమావేశాలు, సెమినార్లు మరియు ఇతర కార్యక్రమాల ద్వారా నైపుణ్య అభివృద్ధిని అందిస్తాయి.
- వ్యక్తిగత ప్రయత్నం: నవీకరణలు మరియు కొత్త సాంకేతికతల గురించి చదవడం మరియు మీ నైపుణ్యాలను పటిష్టపరచడానికి స్వీయ-అభ్యాసం చేయడం ద్వారా మీరు నిరంతరం నేర్చుకోవడం మరియు అభివృద్ధి చెందడం కొనసాగించవచ్చు.

ఒకరి కెరీర్లో అప్‌స్కిల్లింగ్ మరియు రీస్కిల్లింగ్ కోసం వివిధ మార్గాలు

నేటి వేగంగా మారుతున్న ఉద్యోగ మార్కెట్‌లో, ఒకరి కెరీర్లో ముందుకు సాగడానికి మరియు ఉద్యోగ భద్రతను పెంచుకోవడానికి అప్‌స్కిల్లింగ్ మరియు రీస్కిల్లింగ్ చాలా ముఖ్యం. అప్‌స్కిల్లింగ్ అనేది మీ ప్రస్తుత నైపుణ్యాలను మెరుగుపరచడం, అయితే రీస్కిల్లింగ్ అనేది మీరు ప్రస్తుతం కలిగి ఉన్న నైపుణ్యాలకు సంబంధం లేని కొత్త నైపుణ్యాలను నేర్చుకోవడం.

ఒకరి కెరీర్లో అప్‌స్కిల్లింగ్ మరియు రీస్కిల్లింగ్ కోసం అనేక మార్గాలు ఉన్నాయి. వాటిలో కొన్ని:

అధ్యయన కార్యక్రమాలు

అధ్యయన కార్యక్రమాలు అనేవి అప్‌స్కిల్లింగ్ మరియు రీస్కిల్లింగ్ కోసం అత్యంత ప్రజాదరణ పొందిన మార్గాలలో ఒకటి. కోర్సులు, డిగ్రీలు మరియు డిప్లొమాలు వంటి అధ్యయన కార్యక్రమాలు మీకు కొత్త నైపుణ్యాలను నేర్చుకోవడానికి మరియు మీ ప్రస్తుత నైపుణ్యాలను మెరుగుపరచడానికి అనుమతిస్తాయి.

అధ్యయన కార్యక్రమాల యొక్క కొన్ని ప్రయోజనాలు:

- మీకు గుర్తింపు పొందిన నైపుణ్యాలను అందిస్తుంది.
- మీకు మంచి ఉద్యోగ అవకాశాలను కల్పిస్తుంది.
- మీ జీవితంలో మరింత సంతృప్తిని కలిగిస్తుంది.

శిక్షణ

శిక్షణ కార్యక్రమాలు మరియు ఓన్‌లైన్ ట్యుటోరియల్‌లు అప్‌స్కిల్లింగ్ మరియు రీస్కిల్లింగ్ కోసం మరొక మంచి మార్గం. శిక్షణ కార్యక్రమాలు సాధారణంగా అధ్యయన కార్యక్రమాల కంటే తక్కువ సమయం మరియు డబ్బును తీసుకుంటాయి. ఓన్‌లైన్ ట్యుటోరియల్‌లు మీకు మీ స్వంత వేగంలో నేర్చుకోవడానికి అనుమతిస్తాయి.

వృత్తిపరమైన సంఘాలు

వృత్తిపరమైన సంఘాలు సమావేశాలు, సెమినార్లు మరియు ఇతర కార్యక్రమాల ద్వారా నైపుణ్య అభివృద్ధిని అందిస్తాయి. వృత్తిపరమైన సంఘాలు మీకు మీ రంగంలోని ఇతర నిపుణులతో కనెక్ట్ అవ్వడానికి మరియు నేర్చుకోవడానికి ఒక గొప్ప మార్గం.

ఆన్‌లైన్ లెర్నింగ్ వనరులు, వృత్తిపరమైన అభివృద్ధి కార్యక్రమాలు మరియు పరిశ్రమ ధృవీకరణలు

నేటి వేగంగా మారుతున్న ఉద్యోగ మార్కెట్‌లో, నిరంతరం నేర్చుకోవడం మరియు అభివృద్ధి చెందడం చాలా ముఖ్యం. ఆన్‌లైన్ లెర్నింగ్ వనరులు, వృత్తిపరమైన అభివృద్ధి కార్యక్రమాలు మరియు పరిశ్రమ ధృవీకరణలు అనేవి మీ కెరీర్‌లో ముందుకు సాగడానికి మరియు మీ నైపుణ్యాలను మెరుగుపరచడానికి మంచి మార్గాలు.

ఆన్‌లైన్ లెర్నింగ్ వనరులు

ఆన్‌లైన్ లెర్నింగ్ వనరులు అనేవి మీ స్వంత వేగంలో మరియు మీ సౌకర్యవంతమైన సమయంలో నేర్చుకోవడానికి ఒక గొప్ప మార్గం. ఆన్‌లైన్‌లో అనేక రకాల ఆన్‌లైన్ లెర్నింగ్ వనరులు అందుబాటులో ఉన్నాయి, వీటిలో కోర్సులు, డిగ్రీలు, డిప్లొమాలు, శిక్షణ కార్యక్రమాలు మరియు ట్యుటోరియల్‌లు ఉన్నాయి.

ఆన్‌లైన్ లెర్నింగ్ వనరులలో కొన్ని ప్రసిద్ధ ఉదాహరణలు:

- Coursera
- edX
- Udemy
- LinkedIn Learning
- Khan Academy

వృత్తిపరమైన అభివృద్ధి కార్యక్రమాలు

వృత్తిపరమైన అభివృద్ధి కార్యక్రమాలు మీ కెరీర్లో ముందుకు సాగడానికి మరియు మీ నైపుణ్యాలను మెరుగుపరచడానికి మరొక మంచి మార్గం. వృత్తిపరమైన అభివృద్ధి కార్యక్రమాలు సాధారణంగా కొన్ని నెలల నుండి సంవత్సరం వరకు ఉంటాయి మరియు అవి మీ రంగంలోని నిపుణుల నుండి శిక్షణ మరియు సలహాను అందిస్తాయి.

వృత్తిపరమైన అభివృద్ధి కార్యక్రమాలలో కొన్ని ప్రసిద్ధ ఉదాహరణలు:

- PMI (Project Management Institute)
- IIBA (International Institute of Business Analysis)
- ISO (International Organization for Standardization)
- Six Sigma
- Lean Six Sigma

పరిశ్రమ ధృవీకరణలు

పరిశ్రమ ధృవీకరణలు అనేవి మీ నైపుణ్యాలను మరియు అనుభవాన్ని అధికారికంగా గుర్తించడానికి మంచి మార్గం. పరిశ్రమ ధృవీకరణలు మీకు ఉద్యోగ అవకాశాలను మెరుగుపరచడంలో మరియు మీ జీతం పెంచడంలో సహాయపడతాయి.

పరిశ్రమ ధృవీకరణలలో కొన్ని ప్రసిద్ధ ఉదాహరణలు:

- PMP (Project Management Professional)
- CISSP (Certified Information Systems Security Professional)

- CISA (Certified Information Systems Auditor)
- CEH (Certified Ethical Hacker)
- AWS (Amazon Web Services)

పెరుగుదల మనస్తత్వాన్ని స్వీకరించండి

నేటి వేగంగా మారుతున్న ప్రపంచంలో, పెరుగుదల మనస్తత్వం చాలా ముఖ్యం. పెరుగుదల మనస్తత్వం అనేది మార్పును సవాలుగా కాకుండా అవకాశంగా చూసే మనస్తత్వం. ఇది కొత్త సాంకేతికతలు మరియు ధోరణులకు అనుగుణంగా మారడానికి మరియు మీ కెరీర్‌లో ముందుకు సాగడానికి మీకు సహాయపడుతుంది.

పెరుగుదల మనస్తత్వాన్ని స్వీకరించడానికి కొన్ని చిట్కాలు:

- నేర్చుకోవడానికి మరియు పెరగడానికి నిబద్ధత కలిగి ఉండండి. కొత్త విషయాలు నేర్చుకోవడానికి మరియు మీ నైపుణ్యాలను మెరుగుపరచడానికి ఎల్లప్పుడూ సమయం కేటాయించండి.

- ఓపెన్ మైండ్‌గా ఉండండి. కొత్త ఆలోచనలు మరియు అభిప్రాయాలను స్వీకరించడానికి సిద్ధంగా ఉండండి.

- సవాలును చూడండి. మార్పును సవాలుగా కాకుండా అవకాశంగా చూడండి.

కొత్త సాంకేతికతలు మరియు ధోరణులకు అనుగుణంగా మారడానికి కొన్ని చిట్కాలు:

- కొత్త సాంకేతికతల గురించి చదవండి మరియు తెలుసుకోండి. మీ రంగంలోని కొత్త సాంకేతికతల గురించి తెలుసుకోవడానికి సమయం కేటాయించండి.

- వృత్తిపరమైన అభివృద్ధి కార్యక్రమాలలో పాల్గొనండి. మీ రంగంలోని కొత్త సాంకేతికతల గురించి నేర్చుకోవడానికి వృత్తిపరమైన అభివృద్ధి కార్యక్రమాలు మంచి మార్గం.

- సమాజంలో ఉండండి. మీ రంగంలోని ఇతర నిపుణులతో కనెక్ట్ అవ్వడానికి మరియు కొత్త విషయాలు నేర్చుకోవడానికి సమాజంలో ఉండండి.

పెరుగుదల మనస్తత్వం మరియు కొత్త సాంకేతికతలు మరియు ధోరణులకు అనుగుణంగా మారడం ద్వారా, మీరు మీ కెరీర్‌లో ముందుకు సాగవచ్చు మరియు మీరు ఎంచుకున్న రంగంలో విజయం సాధించవచ్చు.

పాఠకులకు ప్రోత్సాహం

పాఠకులారా, పెరుగుదల మనస్తత్వాన్ని స్వీకరించడానికి మరియు కొత్త సాంకేతికతలు మరియు ధోరణులకు అనుగుణంగా మారడానికి మీరు కృషి చేయండి. ఇది మీకు మీ కెరీర్‌లో మరియు మీ జీవితంలో విజయం సాధించడంలో సహాయపడుతుంది.

మీరు ఈ చిట్కాలను అనుసరించడం ప్రారంభించడం ద్వారా, మీరు మీ కెరీర్‌లో ముందుకు సాగడానికి మరియు మీరు ఎంచుకున్న రంగంలో విజయం సాధించడానికి మార్గం సుగమం చేయవచ్చు.

Chapter 7: Conclusion: Your Skills, Your Success
అధ్యాయం 7: ముగింపు: మీ నైపుణ్యాలు, మీ విజయం

పుస్తకం నుండి ముఖ్యమైన పాయింట్లు

వృత్తి విద్య యొక్క విలువ

వృత్తి విద్య అనేది కెరీర్‌లో విజయం సాధించడానికి ఒక ముఖ్యమైన మార్గం. వృత్తి విద్య మీకు కింది విలువలను అందిస్తుంది:

- నైపుణ్యాలు: వృత్తి విద్య మీకు మీ రంగంలో అవసరమైన నైపుణ్యాలను అందిస్తుంది. ఈ నైపుణ్యాలు మీకు ఉద్యోగం పొందడంలో మరియు మీ ఉద్యోగంలో విజయం సాధించడంలో సహాయపడతాయి.

- జ్ఞానం: వృత్తి విద్య మీకు మీ రంగంలోని అవసరాలు మరియు అభివృద్ధుల గురించి జ్ఞానాన్ని అందిస్తుంది. ఈ జ్ఞానం మీకు మీ ఉద్యోగంలో ముందున్నవారిగా ఉండటంలో సహాయపడుతుంది.

- సమాజంలో స్థానం: వృత్తి విద్య మీకు మీ రంగంలోని ఇతర నిపుణులతో కనెక్ట్ అవ్వడానికి మరియు సమాజంలో స్థానం పొందడానికి సహాయపడుతుంది.

వృత్తి విద్య యొక్క రకాలు

వృత్తి విద్య అనేక రకాలుగా లభిస్తుంది. కొన్ని ప్రసిద్ధ రకాలు:

- డిగ్రీలు: డిగ్రీలు అనేవి ఒక సంస్థ నుండి అధికారికంగా గుర్తింపు పొందిన విద్యా కార్యక్రమాలు. డిగ్రీలు కాలేజీలు, విశ్వవిద్యాలయాలు మరియు ఇతర విద్యాసంస్థలలో లభిస్తాయి.

- సర్టిఫికేట్లు: సర్టిఫికేట్లు అనేవి ఒక నిర్దిష్ట నైపుణ్యాన్ని లేదా సామర్థ్యాన్ని అభివృద్ధి చేసినట్లు సూచించే చిన్న విద్యా కార్యక్రమాలు. సర్టిఫికేట్లు కాలేజీలు, విశ్వవిద్యాలయాలు, వృత్తి సంస్థలు మరియు ఇతర సంస్థల నుండి లభిస్తాయి.

- వృత్తి శిక్షణ: వృత్తి శిక్షణ అనేది ప్రత్యేకమైన రంగంలో నైపుణ్యాలను అభివృద్ధి చేయడానికి రూపొందించిన శిక్షణా కార్యక్రమం. వృత్తి శిక్షణ కంపెనీలు, ప్రభుత్వ సంస్థలు మరియు ఇతర సంస్థల నుండి లభిస్తుంది.

వృత్తి విద్య ఎలా ఎంచుకోవాలి

వృత్తి విద్య ఎంచుకోవడానికి ముందు, మీరు కింది అంశాలను పరిగణించాలి:

- మీ లక్ష్యాలు: మీరు మీ కెరీర్లో ఏమి సాధించాలనుకుంటున్నారు? మీరు ఏ రంగంలో పని చేయాలనుకుంటున్నారు?

- మీ నైపుణ్యాలు మరియు ఆసక్తులు: మీకు ఏ నైపుణ్యాలు ఉన్నాయి? మీరు ఏ రంగాలలో ఆసక్తి కలిగి ఉన్నారు?

- ఖర్చు: వృత్తి విద్య ఖరీదైనది కావచ్చు. మీరు మీ బడ్జెట్లో సరిపోయే ఒక కార్యక్రమాన్ని ఎంచుకోవాలి.

పాఠకులకు ప్రోత్సాహం

పాఠకులారా, మీరు మీ వృత్తి లక్ష్యాలను సాధించడానికి మీరు ధృడత్వం మరియు నిర్ణయంతో కొనసాగించాలని మేము మిమ్మల్ని ప్రోత్సహిస్తున్నాము. మీరు మీ లక్ష్యాలను సాధించడానికి కష్టపడి పని చేయడానికి మరియు ఎదురుదెబ్బలను అధిగమించడానికి సిద్ధంగా ఉండాలి.

మీ లక్ష్యాలను స్పష్టంగా నిర్వచించండి

మీరు మీ వృత్తి లక్ష్యాలను స్పష్టంగా నిర్వచించడం ముఖ్యం. మీరు ఏమి సాధించాలనుకుంటున్నారు? మీరు ఏ రంగంలో పని చేయాలనుకుంటున్నారు? మీరు ఎంత సంపాదించాలనుకుంటున్నారు? మీ లక్ష్యాలను స్పష్టంగా నిర్వచించడం మీకు ముందుకు సాగడానికి మరియు మీ ప్రగతిని ట్రాక్ చేయడానికి సహాయపడుతుంది.

మీ లక్ష్యాలకు అవసరమైన నైపుణ్యాలు మరియు జ్ఞానాన్ని అభివృద్ధి చేయండి

మీరు మీ లక్ష్యాలను సాధించడానికి అవసరమైన నైపుణ్యాలు మరియు జ్ఞానాన్ని అభివృద్ధి చేయడానికి కృషి చేయాలి. మీరు వృత్తి విద్యను పొందవచ్చు, శిక్షణ పొందవచ్చు, లేదా స్వయం-అభ్యాసం చేయవచ్చు.

మీ లక్ష్యాల కోసం కష్టపడి పని చేయండి

మీరు మీ లక్ష్యాలను సాధించడానికి కష్టపడి పని చేయడానికి సిద్ధంగా ఉండాలి. ఇది సులభం కాదు, కానీ ఇది సాధ్యమే.

మీరు కష్టపడి పని చేస్తే, మీరు మీ లక్ష్యాలను సాధిస్తారని మేము మీకు హామీ ఇస్తున్నాము.

ఎదురుదెబ్బలను అధిగమించడానికి సిద్ధంగా ఉండండి

మీరు మీ వృత్తి లక్ష్యాలను సాధించడంలో ఎదురుదెబ్బలను ఎదుర్కోవడానికి సిద్ధంగా ఉండాలి. ఎవరైనా విజయం సాధించలేదు. అందరూ ఎదురుదెబ్బలను ఎదుర్కొంటారు. ముఖ్యమైన విషయం ఏమిటంటే, మీరు ఎదురుదెబ్బలను అధిగమించడానికి ముందుకు సాగుతారు.

మీరు చేయగలరు!

మీరు మీ వృత్తి లక్ష్యాలను సాధించగలరు! మీరు ధృడత్వం మరియు నిర్ణయంతో కొనసాగితే, మీరు మీ లక్ష్యాలను సాధిస్తారని మేము మీకు హామీ ఇస్తున్నాము.

నైపుణ్యాల అభివృద్ధి ద్వారా విజయాన్ని సాధించడానికి ఆశ మరియు స్ఫూర్తినిచ్చే సందేశం

నేటి వేగంగా మారుతున్న ప్రపంచంలో, మనం నిరంతరం నేర్చుకోవడం మరియు అభివృద్ధి చెందడం చాలా ముఖ్యం. నైపుణ్యాల అభివృద్ధి అనేది విజయం సాధించడానికి ఒక ముఖ్యమైన మార్గం.

నైపుణ్యాల అభివృద్ధి ద్వారా మీరు కింది విధంగా విజయాన్ని సాధించవచ్చు:

- ఉద్యోగం పొందడం: మీరు మీ రంగంలో అవసరమైన నైపుణ్యాలను కలిగి ఉంటే, మీరు ఉద్యోగం పొందే అవకాశం మరింత ఎక్కువ.
- ఉద్యోగంలో ముందుకు సాగడం: మీరు మీ నైపుణ్యాలను అభివృద్ధి చేస్తూ ఉంటే, మీరు మీ ఉద్యోగంలో ముందుకు సాగడానికి మరియు మెరుగైన ఉద్యోగ స్థానాలు పొందడానికి అవకాశం ఉంటుంది.
- ఉద్యోగ భద్రత: మీరు మీ రంగంలో అవసరమైన నైపుణ్యాలను కలిగి ఉంటే, మీరు ఉద్యోగ భద్రతను పెంచుకోవచ్చు.
- ఆర్థిక స్థితి: మీరు మీ నైపుణ్యాలను అభివృద్ధి చేస్తూ ఉంటే, మీరు మంచి జీతాన్ని పొందడానికి అవకాశం ఉంటుంది.

నైపుణ్యాల అభివృద్ధి ద్వారా విజయాన్ని సాధించడానికి, మీరు కింది అంశాలపై దృష్టి పెట్టాలి:

- మీ లక్ష్యాలను స్పష్టంగా నిర్వచించండి: మీరు ఏ రంగంలో విజయం సాధించాలనుకుంటున్నారు? మీరు ఏ లక్ష్యాలను సాధించాలనుకుంటున్నారు? మీ లక్ష్యాలను స్పష్టంగా నిర్వచించడం మీకు ముందుకు సాగడానికి మరియు మీ ప్రగతిని ట్రాక్ చేయడానికి సహాయపడుతుంది.

- మీ లక్ష్యాలకు అవసరమైన నైపుణ్యాలను గుర్తించండి: మీ లక్ష్యాలను సాధించడానికి మీకు ఏ నైపుణ్యాలు అవసరమో గుర్తించండి. మీరు ఈ నైపుణ్యాలను అభివృద్ధి చేయడానికి ఏ కార్యక్రమాలు లేదా వనరులు అందుబాటులో ఉన్నాయో అన్వేషించండి.

- నైపుణ్యాల అభివృద్ధి కోసం కృషి చేయండి: మీ లక్ష్యాలను సాధించడానికి అవసరమైన నైపుణ్యాలను అభివృద్ధి చేయడానికి కృషి చేయండి. మీరు వృత్తి విద్యను పొందవచ్చు, శిక్షణ పొందవచ్చు, లేదా స్వయం-అభ్యాసం చేయవచ్చు.

నైపుణ్యాల అభివృద్ధి ద్వారా విజయం సాధించడం సులభం కాదు, కానీ ఇది సాధ్యమే.

వృత్తి విద్యా ద్వారా విజయవంతమైన వ్యక్తుల స్ఫూర్తిదాయక కథలు

నేటి ప్రపంచంలో, విజయం సాధించడానికి వృత్తి విద్య చాలా ముఖ్యం. వృత్తి విద్య మీకు అవసరమైన నైపుణ్యాలను మరియు జ్ఞానాన్ని అందిస్తుంది, ఇది మీకు ఉద్యోగం పొందడంలో, మీ ఉద్యోగంలో ముందుకు సాగడంలో మరియు మీ కెరీర్‌లో విజయం సాధించడంలో సహాయపడుతుంది.

వృత్తి విద్య ద్వారా విజయం సాధించిన అనేకమంది వ్యక్తులు ఉన్నారు. వారిలో కొందరు స్ఫూర్తిదాయక కథలు ఇక్కడ ఉన్నాయి:

- సుమేధా భట్

సుమేధా భట్ ఒక భారతీయ యువతి. ఆమె ఒక చిన్న పట్టణంలో పెరిగింది మరియు ఆమె తల్లిదండ్రులు సాధారణ వ్యవసాయ కూలీలు. ఆమె తన చిన్నతనంలోనే ఇంజనీరింగ్‌లో స్పృహ చూపింది, కానీ ఆమె కుటుంబానికి ఆమె చదువు కోసం డబ్బు లేదు.

సుమేధా భట్ ఒక ప్రభుత్వం నిర్వహించే వృత్తి శిక్షణ కార్యక్రమంలో చేరింది. ఈ కార్యక్రమం ఆమెకు ఇంజనీరింగ్‌లో డిప్లొమాను పొందడానికి అవకాశాన్ని ఇచ్చింది. డిప్లొమా పూర్తి చేసిన తర్వాత, ఆమె ఒక ప్రైవేట్ కంపెనీలో ఉద్యోగం పొందింది.

సుమేధా భట్ తన కృషి మరియు అంకితభావం ద్వారా త్వరగా కంపెనీలో ఎదిగింది. ఆమె ప్రస్తుతం కంపెనీలో ఒక ప్రముఖ శాస్త్రవేత్తగా ఉన్నారు.

- సురేష్ కుమార్

సురేష్ కుమార్ ఒక భారతీయ యువకుడు. ఆయన గ్రామీణ ప్రాంతంలో పెరిగారు మరియు ఆయన తల్లిదండ్రులు వ్యవసాయం చేస్తారు. ఆయన తన చిన్నతనంలోనే కంప్యూటర్లలో స్పృహ చూపారు, కానీ ఆయన కుటుంబానికి ఆయన చదువు కోసం డబ్బు లేదు.

సురేష్ కుమార్ ఒక ప్రభుత్వం నిర్వహించే వృత్తి శిక్షణ కార్యక్రమంలో చేరారు. ఈ కార్యక్రమం ఆయనకు కంప్యూటర్ సైన్స్‌లో డిప్లొమాను పొందడానికి అవకాశాన్ని ఇచ్చింది. డిప్లొమా పూర్తి చేసిన తర్వాత, ఆయన ఒక ప్రైవేట్ కంపెనీలో ఉద్యోగం పొందినారు.

సురేష్ కుమార్ తన కృషి మరియు అంకితభావం ద్వారా త్వరగా కంపెనీలో ఎదిగారు. ఆయన ప్రస్తుతం కంపెనీలో ఒక ప్రముఖ సాఫ్ట్‌వేర్ ఇంజనీర్‌గా ఉన్నారు.

www.ingramcontent.com/pod-product-compliance
Lightning Source LLC
LaVergne TN
LVHW052002060526
838201LV00059B/3798